वाचलेली माणसं

(लेखसंग्रह)

विकास यशवंत साटम

वाचलेली माणसं
(लेखसंग्रह)

विकास यशवंत साटम

© विकास यशवंत साटम

प्रथम आवृत्ती : एप्रिल २०२४

प्रकाशक :

क्युरेट बुक्स प्रा. लि.,

एफ १६, एल्क्रान प्लाझा, पणजी–गोवा

मोबाईल : १८०० २१० ६५२७

ISBN : 978-93-58981-94-0

VACHALELI MANSE
(ESSAYS)

BY: VIKAS YESHWANT SATAM

santvika@gmail.com

लेखकाचे मनोगत

प्रिय वाचकहो,

ज्या अर्थी आपण हे पुस्तक हाती घेतले आहे, म्हणजेच आपला स्वभाव माझ्यासारखाच वाचविक (सात्विक प्रमाणे!) याविषयी माझ्या मनात तिळमात्र शंका नाही.

पुस्तकाच्या शीर्षकावरून बहुतेक ''याच्या तावडीतून वाचलेली माणसं''

असा कुणाचा ग्रह झालाच तर ती मराठी भाषेची खासियत समजावी, तसे काहीही नसून उलट यात भेटणार आहेत, माझ्यासमोर वावरलेली, ज्यांचे मी अगदी मनःपूर्वक वाचन करू शकलो अशी माणसं.

मग ते माझे पहिले बॉस गोगटेसाहेब असतील, सौदीला भेटलेला गमाल हा मिसरी कामगार किंवा बार्बाडोसचा फॉर्मिल बेगरही असेल.

या सर्वांनी मला घडविण्यात (व बिघडविण्यातही!)हातभार लावला आहे. हे वल्ली माझ्या आयुष्यात नसते तर कदाचित मीसुद्धा जून महिन्यात भेटवस्तू म्हणून मिळालेल्या नवीन वर्षाच्या डायरीसारखा अर्धवट कोरं जीवन जगलो असतो.

त्या ऋणातून काही अंशी मोकळं होण्यासाठी, हे माझे पहिलेवहिले लेखनबाळ याच साऱ्या ''वाचलेल्या माणसांना'' समर्पित.

– विकास यशवंत साटम

ऋणनिर्देश

"वाचलेली माणसं" हे माझं पहिलं छापील पुस्तक. यातले लेख ब्लॉगस्वरुपात प्रसिद्ध होण्याआधी या माणसांची ओळख घरगुती गप्पांच्या ओघात झाली होती. ही ओळख नुसत्या बोलण्यापुरती न ठेवता, जगापुढे ठेवणे आवश्यक आहे याचा धोशा लावण्याचे काम माझी पत्नी सौ. स्मिता हिचे. तिचा पाठपुरावा नसता तर कदाचित मी दर शुक्रवारी रात्री लॅपटॉपवर बसून नेटाने टाईप करीत ब्लॉग्स पाठवू शकलो नसतो. तसेच माझी शाळेपासूनची वर्गसखी आणि लेखिका डॉ. संपदा पाटगावकर हिनेही, तू लिहून काढ, पुस्तक रुपाने प्रसिद्ध कर असे सांगून मला या पुस्तक प्रकाशनापर्यन्त ओढले याचा ऋणनिर्देश आवश्यक आहे.

ब्लॉग्सच्या प्रतिक्रियास्वरुप ज्या ज्या फेसबुक वाचकांनी माझे उत्साहवर्धन केले, त्यांना औपचारीक धन्यवाद मी दिले खरे , पण त्यांची नुसती यादी देण्यापेक्षा यानंतरही असंच विविध विषयांवरचं लिहिणं सुरुच राहील याची खात्री मात्र मी देऊ शकतो.

माझा मुलगा अनुप आणि सून स्नेहल या दोघांनी त्यांच्या सांगितिक व्यापातून वेळ काढून, पुस्तकाच्या अंतरंग आणि बाह्यांगाविषयी दिलेल्या सूचनांमुळे पुस्तक अधिक दर्शनीय होऊ शकले.

कन्स्ट्रक्शन क्षेत्रातील माझे सहकारी, मित्र, अधिकारी व परिचित यांच्यामुळेच या माणसांचे वाचन माझ्याकडून झाले. त्यांचा मी ऋणी आहे. शेवटी, क्युरेट पब्लिकेशनचे नंदित गुप्ता, आर्यन सिंग, रामा हरमलकर आणि त्यांच्या टीमचे आभार कारण या पुस्तकाला मूर्त स्वरुप त्यांच्यामुळेच मिळाले आहे.

- विकास यशवंत साटम

अनुक्रमणिका

१. मा. नी. गोगटेसाहेब

स्थापत्य अभियांत्रिकी (म्हणजे सिव्हिल इंजिनियरिंग) चा डिप्लोमा घेऊन मी त्याकाळच्या प्रथेनुसार टायपिंगच्या ४० स्पीडचे सर्टिफिकेट आणि पासपोर्ट ही आयुधे जमवली व सरळ इराकच्या जॉबसाठी अर्ज केला.

रीतसर मुलाखतीनंतर माझ्यासारख्या अनुभवशून्य उमेदवाराला कंपनीने अंधेरीच्या साईटवर पाठवले. साईट सुरु व्हायची असल्याने मला ट्रॉमवेला श्री. माधव नीलकंठ गोगटे अर्थात MNG यांना भेटण्यास सांगितले गेले.

इंग्लंडच्या टिममधून नुकताच बाहेर आलेला प्लेअर दिसावा तसे गोगटेसाहेबांचे रुबाबदार व्यक्तिमत्व होते. उंच, गोरेपान,घारे डोळे ही अस्सल एकारांताची सर्व लक्षणेसुद्धा ठासून भरलेली. बोलताना हिंदीचा वापर अधिक. (साहेब उज्जैनचे आहेत हे मला नंतर समजले.) पहिल्या भेटीतच मा. नी. गोगटे यांनी मनावर जी इस्त्री फिरवली. ती घडी आजतागायत न विस्कटता तशीच आहे.

''डिप्लोमा ला काय सब्जेक्टस होते?''

''सर. कन्स्ट्रक्शन मॅनेजमेन्ट, हैड्रॉलिक्स...

पाल्याला कुठे राहता?

सर, हनुमान रोड ''

ठीक है, शेट्टीसोबत बँकेत जा. ३००० रुपये घ्या आणि जोगेश्वरीहून जी आय शीट्स. वूडन बल्लीस वगैरे सामान घेऊन अंधेरीला जा. कलको कार्पेन्टर आ जायेगा, शेड तयार करो. शामतक सिमेंट येऊन जाईल आहे.

१९८३ साली, ३००० रुपये काय असतात ते हाती आल्यावरच जाणवले. पहिल्याच दिवशी साहेबांनी माझ्यावर विश्वास आणि जबाबदारी एकाच वेळी टाकली.

ठरल्याप्रमाणे साईटवर सामान पोचल्याची खात्री करून मी पब्लिक बुथवरना फोन केला. ''सर, टिकवूड घेतल्याने पत्रे कमी आले बाकी सर्व मिळाले.''

''मालक, कल से यु आर नॉट गोइंग टू पर्चेस एनिथिंग, कुछ भी नहि 'फोन कट.

हळूहळू माझ्या लक्षात आले कि फार रागात आले कि ते समोरची व्यक्ती कितीही लहान असली तरी मालक म्हणत !

साईटवर आम्हा जुनिअर्सना काही नवे समजावताना त्यांच्यातला गुरु बॉसला ओव्हरटेक करीत असे. स्लिपफॉर्म पद्धतीने ओव्हरहेड टँक साठीचा शाफ्ट आम्ही रोज ३ मीटर कास्ट करीत १७ दिवसात संपवला. त्या १७ दिवसात गोगटेसाहेब घरी गेलेच नसावेत इतकं त्यांच कडक कम्युनिकेशन नेटवर्क असे. परत हे सर्व घरची लँडलाईन आणि पब्लिक फोनवरून!

ते नेहमी सांगायचे 'साईटवर पहिले आणि शेवटचे दोन तास खुद राहणं जरुरी आहे. मधली सगळी कामं काय, वो एक सुपरवायझर भी निपट लेंगे. इतनी फौज आखिर क्यूँ दे रक्खी है कंपनीने ?!

कन्स्ट्रक्शन साईट म्हणजे एक उघडानागडा कारभार असतो. सगळेच uncensored ! तशातही आपली सिक्रेट्स कशी जपावीत आणि एखादी बातमी क्लायंटकडे अप्रत्यक्षपणे कशी जाऊ द्यावी हे एरवी कुठेही न मिळणारे शिक्षण साहेबांकडे मिळाले.

काम वाढत होते पण रनिंग बिलांचे कलेक्शन व्यवस्थित न झाल्याने, मुंबई रिजनल ऑफिसने फंडिंग रोखलेले. एक दिवस रामसाहय हा त्यांचा खास शिपाई साईटभर फिरला प्रत्येकाच्या नावे साहेबांची छोटी चिट्ठी, (ते जुना, तिसऱ्या कॉपीचा पाठकोरा भाग यासाठी वापरत, म्हणजे एका ए फोर कागदात ६ लोकांना तरी मेसेज मिळण्याची खात्री)

Due to paucity of funds, you will get your OPE only in the next month. However, for urgent needs you can take upto Rs 200 from accounts ! खाली तीन डोंगरांना जोडलेला G अशी त्यांची खास आद्याक्षरे ! त्या महिन्यात कुणीही आउट ऑफ पॉकेट एक्सपेन्सेस घेतले नाहीत.

कामाव्यतिरिक्त आम्ही काही वाचन केले पाहिजे, आपल्या क्षेत्रातल्या संस्थेचे सभासद झाले पाहिजे यासाठी त्यांचा खूप आग्रह असे.. मला आठवते त्यांनी आम्हा सर्व इंजिनियर्सना इंडियन काँक्रिट इन्स्टिटट्यूट ची मेम्बरशिप घ्यायला लावलेली, वार्षिक सभासद फी कंपनीकडून भरून.

एकदा मला त्यांनी काही कामाचे कागद घेऊन घरी बोलावले. सकाळी पावणेआठला गेलो तर दोन्ही मुले शाळेच्या तयारीत, साहेबांच्या टेबलवर एक फाईल, वही, कॅल्क्युलेटर. ''अरे बस,बस. हे टेबलवर्क ना? कुछ नही जरा मुलांबरोबर मी पण अभ्यासाला बसलो होतो. वो लेव्हल्स शीट दिया था ना, त्याच्या क्वांटिटिज क्रॉस चेक करत होतो. आखिर कंपनीका घाटा नाही होना चाहिये ना!

मी कंपनी सोडल्याला ३३ वर्षे झाली. बरोबरचे सगळेच कुठे कुठे पांगले, सेटलही झालेत. पण अजूनसुद्धा कधी भेटलोच तर 'गोगटे कॉलेज'च्या अलुमनीज सारखे भेटतो.	■■■■

२. अमरसिंह चंदुलाल तेजाणी

रेडीमिक्स कॉन्क्रीट प्लांटला बदली झाल्याने मी थोडा खूष व बराच नाराज होतो. आधीची प्रोजेक्टसाईट सोडताना मी खोटकर साहेबांना विचारलंही, ''माझं काही चुकलं नाही?'' ''अरे छेछे, तसं काही नाही, कंपनीला लोकल माणूस हवा होता इतकंच''

शांत मनाने मग मी प्लांटला रुजू झालो.

सिमेंट या विषयावर तेजाणी साहेबांचे दांडगे प्रभुत्व. त्यांना निवृत्तीपूर्व शेवटच्याचार वर्षात इथे पाठवण्यामागचं हेच कारण असावं.

त्यांच्या केबिनच्या एसीइतकेच स्वतः साहेबही शांत,गारेगार स्वभावाचे. राग ही मौल्यवान वस्तू ते कडीकुलूपात ठेवत आणि अगदी कधी वेळ आलीच तर त्यांच्या खास शैलीत बाहेर काढत. ''अरे देखो उसको रिक्वेस्ट करके, समझा तो ठीक. नहीं तो 621,311,15,66! अर्थात छेसोइक्कीस, तीनसोग्यारह,पन्द्रह छेछे. सुरवातीला मला काही कळले नाही, मग एका जुन्या स्टाफने इंग्रजीची सव्वीस अक्षरं समोर धर आणि नंबरवार लिहून पहा असा खुलासा केल्यावर मी या वल्लीला

मनोमन हात जोडले!

बऱ्याचदा संध्याकाळी साडेचारलाच ते निघत. ''I am disgusted. Please keep my bag in the car'' असं ते, भोजपुरीशिवाय अन्य भाषा न जाणणाऱ्या प्यूनला म्हणाले कि फक्त bag आणि car एवढे त्याला समजे आणि पाचव्या मिनिटाला शुभ्र एम्ब्यासिडर गाडी बॅग व साहेबांसकट प्लॅन्ट सोडी!

टापटिपीत त्यांची शिस्त कडक होती. *जेव्हाचं तेव्हां, ज्याचं त्याला, जिथल्या तिथे* हा चवदा अक्षरी मंत्र पाळण्याकडे त्यांचा कटाक्ष असे. कदाचित म्हणूनच हेडक्वार्टरवरून 2 दिवसासाठी ऑडिट करायला आलेला पाहुणा संध्याकाळच्या विमानाने परतायचा.

एकदा सर्व मटेरियल्सचे मासिक स्टॉकचेकिंग चालले होते. त्यात सिमेंटची टॅली काही केल्या होत नव्हती. परत परत तेच तेच आकडे ऐकून तेजाणींचा गोरापान चेहरा हळुहळू लाल होऊ लागला. ''अरे what the hell are you talking! साला साईटपे इतना सब काम करके भी सिमेंट वेस्टेज फॅक्टर क्रॉस करता नहीं. इधर तो you guys are producing nothing but concrete. ए विकास, या गधेडाला विचार, घरी आपली बनियन आणि बायडीची पॅन्टी एकाच खणात ठेवतो काय ते!'' वेगवेगळ्या कॉन्क्रीट ग्रेड्सची सरमिसळ झाल्याने आकड्यांचा घोळ होत होता हे माझ्या लक्षात आले होते, पण गधेडा

(आमचा स्टोरइनचार्ज कृष्णमूर्ती वेंकटाधिपती ब्रह्मशयनम् ऊर्फ KGB) ची ट्यूब न पेटल्यामुळे साहेबांनी इतक्या टोकाचे उदाहरण दिले.

कॉन्क्रीटसाठी येणारे काही खवट कस्टमर्स साहेबांच्या पिकल्या आणि न टिकल्या केसांपुढे नतमस्तक होत असत. एकदा असाच एक कन्सल्टंट 10/7 मिक्सर (जागीच कॉन्क्रीट बनवायचे बेसिक मशीन) विषयी काही बोलून गेला. तेव्हां '' Gentleman, sorry I missed your name (म्णजे तू माझ्या गिनतीतच नाहीस), पर 10/7 से क्या

प्रॉब्लेम है आपको सर? I had mixed concrete on a 10/7 for Nuclear Power at Trombay when you might be in college!''

एक मात्र नक्की कि आद्याक्षराप्रमाणे ते ACT करण्यात माहिर होते! बोलता बोलता ते सहज रिसीव्हरवर आवाज चढवत-'' अब ये टाईम आ गया कि तेजाणी का आवाज लोग भूलने लगे?''

मग फोन कट केल्यावर सांगत '' हा अमुक अमुक'' आता त्या तमुक तमुकला फक्त कंपनी बुलेटिनमध्ये पाहिलेले असल्याने आम्ही चाट पडत असू कि सायबाचा किती दरारा आहे. नंतर समजले कि बहुतेक वेळी फोन डायल न करता समोरच्यासाठी तो चक्क ड्रामा असे!

पुट्झमायझरचा नवा कोरा कॉन्क्रीट पंप टोईंग करून प्लान्टमध्ये आणताना भारत टोईंगवाल्याने घालायचा तो गोंधळ घातलाच आणि महात्मा नगरचा घाट चढून प्लान्टमध्ये पोचण्याआधी पंप उलटा घसरून फ्रेंड्स हाऊसिंग सोसायटीच्या भिंतीवर आदळून स्थिरावला. झालं. अपेक्षेप्रमाणे दुसऱ्या दिवशी रस्ता रोको! ना कच्चे मटेरियल वर येऊ देत होते ना कॉन्क्रीट भरलेला ट्रान्झिट मिक्सर बाहेर जाऊ शकत होता. तेजाणी साहेबांची एम्बॅसिडर वर आली, कदाचित त्यांना जाऊ दिलं असावं. लगेच मला आणि एडमिन मॅनेजरला घेऊन साहेब घटनास्थळी गेले.

सोसायटी सेक्रेटरीच्या घरी सर्वजण जमलेले. वातावरण तंग. गर्दीच्या चेहऱ्यावर उत्सुकता कि नुकसानभरपाई किती मिळेल! ''मित्रांनो, जे झाले ते वाईट झाले, पण जे नाही झाले त्याचा विचार करुया कि आपण किती लकी आहोत!भिंत पडली,त्याचे जास्त काही नाही, मी बांधून देतो. कोणाला लागलं नाही हे आपलं भाग्य. तुमच्यापैकी कुणी सख्ख्या भावाला आपल्या मांडीवर अखेरचा श्वास घेताना पाहिलंय? मी पाहिलं आहे. माझ्या भावाने माझ्या मांडीवरच प्राण सोडले!''

पुढचा अर्धा तास फक्त तेजाणीसाहेब बोलत होते आणि लोक ऐकत

होते. मूळ मुद्दा बाजूलाच राहिला. तिकडून चहा पिऊन निघताना त्यांनी मला डायरीत भिंतीची मापं लिहायला लावली, काही प्रमुख मंडळींची नावं टिपायला सांगितली. एक शाहीर असल्याचे कळताच त्याला तुकोबाची ओवी ऐकवली. ते आले, ते बोलले, ते जिंकले.,गाडीत बसल्यावर माझ्याकडे पहात साहेबांनी अर्थपूर्ण स्मित केले. मी म्हणालो, सर डेल कार्नजी आठवला!

''हां बरोबर बोलला तू, पण ते डोळ्यातलं पाणी was real हां डिकरा!''

10 जून हा त्यांचा रिटायरमेंट दिवस. मी सेकंड शिफ्टला आलो. केबिनमध्ये बुके वगैरे होते, कुणीतरी गिफ्ट आणायला खाली गेले होते.

'' काय बाबा, पाऊस भेटला काय वर येताना?''

'' होय सर, पण छत्री होती.''

रात्री छान पार्टी झाली. KGB ने डोळे पुसत पुसत भाषण केले. साहेबांनाही बोलण्याचा आग्रह झाला. '' Friends, thanks for the love you all have given to me. आता एकच सांगतो कि लाईफ मधे प्रॉब्लेम्स तर येणार, पण never वगैर सोल्यूशन.आज दुपारी साटमला विचारले पाऊस भेटला का, तर he said, छत्री होती. बस्स. Pray God कि पाऊस टाक, पण डोक्यावर छत्री राहू दे!''

■■■■

३. झुबेर कुट्टी

सौदी अरेबियात लॅन्ड झाल्यावर एक रात्र रियाध गेस्ट हाऊसमध्ये काढून दुसऱ्याच दिवशी अर् रफा या हॉस्पिटल प्रॉजेक्ट साईटला माझी रवानगी झाली.

माझ्याकडे जे एक्सटर्नल वर्क्सचे काम होते त्याचे पॅकेज एका स्थानिक अरब कंपनीला दिले होते आणि त्यांचा साईट मॅनेजर झुबेर कुट्टी.

या वल्लीला पाहताच माझा, इतर स्टाफहून कमी असलेला उंचीचा न्यूनगंड दूर झाला. मी त्याच्या नजरेला नजर देऊ शकत नव्हतो कारण त्याची नजर माझ्या खांद्यावर पोचत नव्हती.

तिथल्या शिरस्त्यानुसार झुबेरने मला त्याच्या किया गाडीतून साईटवर फिरवले. (गाडीबाबत) डावंउजवं कळण्याइतका निर्ढावला नसल्याने बऱ्याचदा, गाडी थांबवून गाडीत परतताना मी त्याला इंजिन बंद करायला सुचवले कि ''सातंसाब, This is no India. यहां कोई बारबार इंजिन ओफ नहीं करता.शुअर!'' असे उत्तर मिळे.झुबेरच्या या शुअरची मला पुढे सवय झाली. म्हंजे एखादवेळेस, द्विधा मनःस्थितीतही तो ''वल्लाही, क्या

करना, नहीं समझता, शुअर!'' असे म्हणायला कमी करत नसे.

घरी पाठवायला पहिले सौदी पोस्टचे पत्र घेऊन आम्ही साईटसमोरच्या पोस्टात गेलो. किती स्टॅम्प लावायचे विचारून ६ रियाल ऐकल्यावर मी एक 5ची आणि एक एक रियालची नोट देत असताना पटकन झुबेरने स्वतः एक रियालची नोट दिली आणि माझी नोट माझ्याच खिशात कोंबली. मी बावचळल्यासारखा बघत राहिलो तेव्हां ''गप स्टॅम्प घ्या, बाहेर निवांत बोलू'' या अर्थाचं काही पुटपुटत त्याने स्टॅम्प लावायला मदत केली. पोस्टाबाहेर आल्यावर मला ती एक रियालाची नोट काढायला सांगितले तेव्हां समजले कि त्यावर राजाच्या चित्रावरची दाढी निळ्या शाईने गडद केली होती.

आपको मालू(म) नहीं इधरका लो(ग) कैसा. आप राजा का इन्सल्ट किया ऐसा पोस्ट ओफिस मुदीर (हेड) कंप्लेन्ट करेगा तो पुलिस आपको पकडेगा. शुअर!!

यातला शुअर तो ज्या ठामपणे बोलला कि मी टरकलोच. त्यानंतर ती नोट वेगवेगळ्या ठिकाणी चालवायचा निष्फळ प्रयत्न करून शेवटी मी वेंडिंग मशीनमध्ये वापरली.

झुबेर कुट्टी तसा मेकॅनिकल इंजिनियर- इथे पायपिंगसाठी आलेला, पण जबरदस्ती सिविल कामावर नेमणूक.तीही 'अरबाब' च्या खास विश्वासातला म्हणून. त्याला मी आपका घर किधर है असा वेडगळ प्रश्न विचारता,

''मेरा लो बेड और पोर्टिकेबिन आएगा, शुअर !'' असे उत्तर मिळाले. त्या रात्री साईटवर पोर्टिकेबिन,उतरवायला क्रेन आणि ज्यावर ते लादून आणले, ती गाडी लो-बेड हे सर्व दिसले.

एक सिगारेट सोडली तर झुबेरला कसलेही इतर व्यसन नव्हते. अर्थात त्याकरिता त्याने एखादी तरी सिग्रेट शेवटची ठरवणं आवश्यक होतं! मी एकदा त्याला म्हटलं '' आप हमाम में कैसा स्मोक करते हो ?'' या

प्रश्नावर एक दोन पफ घेत उत्तर मिळालं '' You joking! आंख में सोप जाएगा तो सिग्रेट कैसा दिखेगा ? तो में फेस वॉश करने के बाद दोतीन पफ लेता! उस के लिए सिग्रेट लाईट करके सोपडिश का साईड में रख देता.'' एकूणच सिग्रेटविषयी झुबेर नो रिग्रेट मनःस्थितीत असे.

Whenever in Saudi, अरबी तोप घालणे आरामदायी असते हे झुबेरकडूनच शिकलो. पहिल्या पाच महिन्यात मी होमसिक झालो होतो. या माचा(महाशय) ने चक्क २२ वर्षे सौदीत काढली होती, तीही एकाच अरबाब कडे.

झुबेरचं साईट ऑफिस म्हंजे ड्रॉईंग पसरलेलं एक टेबल, एक खुर्ची. ड्रॉईंग उडू नये म्हणून त्यावर कॉफीचा कप.कॉफी पिऊन झाली कि तोच कप ऑशट्रेची वाढीव शाखा व्हायचा.

त्याची कुणी एक शाळामैत्रीण त्याला फोन करून सतावत असे आणि अख्ख्या साईटवर अशा बाबतीत मन मोकळं करायला त्याला माझ्याहून दुसरं कुणाची खात्री नसे!

रफा गावातल्या, इराक सीमेआधीच्या कॉन्क्रीट प्लान्टवर झुबेरसोबत चक्कर मारताना मी हळुहळू शिकलो कि अप्पम् किंवा पुट्टंशिवाय न्याहरीला अर्थ नाही. तसेच, गाडी चालवताना चुकून बोलणं थांबलंच तर काय? यासाठी कुराणावरच्या मल्याळी प्रवचनांचा अखंड धबधबा असलेली कॅसेटही कायम लावलेली असे.

योगायोगाने, हॉस्पिटल प्रॉजेक्टनंतर बाहेरनला जाऊन मी पुन्हा नव्या सिमेंटप्लॅन्टच्या कामासाठी SAUDIला आलो तिथे या वामनमूर्तीची भेट झाली. '' Salam Alaikum, कैसे हो झुबेरसाब ?

"वालेकौम, में अच्चा!One good news है. लास्ट वेकेशन पे में India गया. I got married to that old school friend. अबी उसका कॉल कम आता है, *शुअर*!!''

■■■■

वाचलेली माणसं

४. इक्बाल कुट्टी

ससी कुट्टी, जोई कुट्टी आणि इक्बाल कुट्टी हे तिघेही भेटल्यावर एकमेकांशी मल्याळम(च) बोलतात. दोन मराठी माणसं मात्र मराठीत बोलायचं टाळतात.

जॉर्डन सीमेलगतच्या दोमा - अल - जुंदाल इथल्या हॉस्पिटल प्रॉजेक्टवरचा आमचा अन्नदाता म्हणजे कुक- इक्बाल कुट्टी.

मी पुनर्जन्म मानत नाही, पण महाभारताला ज्ञात नसणारा द्रौपदीचा भाऊ म्हणजे इक्बालच आणि तो बहिणीची अक्षय थाळीही घेऊन जन्माला आला असावा.

आमचा डायनिंग हॉल म्हणजे इंग्रजी C आकारात जोडलेली 3 मोठी टेबल्स. नॉनवेजची चर्चा चालली असतानाही दूर पळणाऱ्या राजनपासून सुरुवात होई. मग फक्त अंडं खाणारे, नंतर आमच्यासारखे ज्यांना उडणारं आणि धावणारं (शिंगवर्गी सोडून) चालायचं ते, मग आमच्याबरोबरचे पण जलचरांवरसुद्धा ताव मारणारे आणि last but not the least असे तिघे ज्यांना काहिही खाणं वर्ज्य नव्हतं! आता इतक्या प्रकारच्या जीभा व

पोटांचे चोचले पुरवणं ही काय खायची गोष्ट? (ही कोटी नाहीए)

पण इक्बाल हे सारं लीलया आणि तेही हसतमुखाने करायचा!

माझ्याबद्दल त्याला आदर होता तो, चवीचे जास्त नखरे न करता, उलट कधी छान झालंय म्हणत एखाद्या dish ची रेसिपी विचारणारा म्हणून.

एकदा मेसमध्ये कॉफी पीत असता अचानक माझा सेलफोन वाजला. हॅलो बोललो तर पलिकडून एका अनोळखी (तसंही इथे मला कोण स्त्री ओळखत होती!) स्त्रीचा आवाज. '' रकम गलतान'' म्हणत मी फोन कट केला. '' कौन था सर?''

''अरे कुछ नहीं, कोई लेडी थी, मैं रॉन्ग नंबर बोलकर कट कर दिया!'' मी तो विषय झटकल्यागत बोललो. '' ऐसा गल्ती कभी नहीं करना.सर को मालू नहीं इधर का शबाब जनाना लोग कैसा.

ये लोग कौनसा भी नंबर डायल करके मजा लैता है. बादेन (नंतर) कुछ होगा तो शुर्ता (police) को इन्हेच कंप्लेंट करेगा! सर को एक बात बोलता हूं, फिरसे ऐसा कोल आएगा तो कुछ करना नही, छोड देनेका!''

एकदा कुण्या उत्साही जाणकाराने 'नको त्या' फिल्मची कॅसेट आणली होती. साहजिकच गुरुवारी रात्री टीवीरूममध्ये त्या कॅसेटची 3-4 पारायणं झाली. तेव्हां इक्बालने पूर्वी कसे वॉशिंग मशीनच्या बॉक्समधून मुली शिफ्ट करायचे वगैरे सुरस अरबी कथा सांगितल्या.

इक्बाल हा जरी खासा कूक होता तरी आपल्या सौदीतल्या 25 वर्षांच्या वास्तव्यातली अठरा वर्षे त्याने टॅक्सी चालवली होती. रियाधला, दमामला जाणारे सर्व रस्ते, त्यातले चेक पोस्ट टाळून जायचे रस्ते याची त्याला कणन् कण (वाळूत खडे नसतात ना!!) माहिती होती.

दोन अरब एकमेकांना भेटले कि नक्की काय काय बोलतात याविषयी मला नेहमी कुतुहल वाटत असे. माझ्या या शंकेचे निरसन त्याने असे केले,

''सर ये लोग तुम्हारा घर कैसा है, तबियत कैसी है, काम कैसा चल रहा है, ऊंट कितना ऐसा सब पूछते रहता है एक दूसरे को.''

''ओह, याने कि हम लोग पूछते है ना, कि आपके बीबी बच्चे कैसे...''

'माऊफी सार (नाही, नाही सर), बीबी छोडके बाकी सबकुछ!!''

■■■

५. तीन मंहमद

हे तीन महंमद मला दोमा अल जुंदाल या जॉर्डनसीमेजवळच्या हॉस्पिटल साईटवर भेटले.

महंमद बुध्दा (याला आम्ही खाजगीतच buddha म्हणजे म्हातारा माणूस म्हणायचो) हा मिनिस्ट्री ऑफ हेल्थ अर्थात

आमचे क्लायंट यांच्यातर्फे साईटवर ठेवलेला मॅनेजर. हा स्वतः आर्किटेक्ट होता.

पहिल्याच दिवशी याची ओळख करून घेण्यासाठी मी आमच्या साईट मॅनेजरसोबत त्याच्याकडे गेलो.

सलाम अलैकूम झाल्यावर

सो व्हाय यु हिअर या इश्तियाक?

थिस इज अवर न्यू इंजिनिअर साटम

सद्दाम? वल्लाही, गुड नेम. हि स्पिक युवर लँग्वेज?

नो (कारण इश्तियाक तेलगू बोलणारा)

ताल या मुरली (हा मेकॅनिकल इंजिनियर, तामिळ बोलणारा, त्याला

बोलावले) हि स्पिक युवर लॅंग्वेज? No सो हि स्पिर्किंग लाईक गनी? (हा त्यांचा सिविल स्टाफ, बिहारी बाबू) न राहवून मी बोललो सर माय मदर टंग मराठी लेकिन आना कलाम अरेबिक, श्वाय श्वाय (माझी मातृभाषा मराठी आहे पण मी हळूहळू अरेबिक बोलतो)ओह, इंडिया टू मेनी स्टेट्स टू मेनी लॅंग्वेजेस ! माफी मुष्कीला, यु स्पिक अरेबिक, गुड.

या ओळखीनंतर साईटवर कधीही काम असले तर मला बुद्धयाच्या केबिनमध्ये मुक्त प्रवेश असे.

इजिप्शिअन लोक फार कंजूष असतात असे मी ऐकले होते. बुद्धा म्हणजे मूर्तिमंत कंजुषी ! त्याचे table व्यवस्थित राहण्यात न वापरलेल्या टोकदार पेन्सिली आणि पाकिस्तानी ऑफिस बॉयकडून आठवड्यातून दोनदा बदलले जाणारे खुर्चीमागचे टॉवेल यांचा मोठा सहभाग होता.

माझ्याकडे हॉस्पिटलबाहेरच्या जसे कि अंतर्गत रस्ते, पेव्हमेंट्स वगैरे काम असल्याने बऱ्याचदा साईटवर भेट होई. अशा वेळी त्याची आर्किटेक्ट नजर भरारी पथकाप्रमाणे भिरभिरत असे. कुठे काही लाइनबाहेर दिसले कि लगेच ताल ताल म्हणून बोलावत असे. पण नीट माप दाखवले कि बोलती बंद व्हायची.

आमच्या या हॉस्पिटलमध्ये सर्वात आधी तयार झालेली रूम म्हणजे मोच्युंअरी, अर्थात मृतदेह ठेवण्याची जागा ! त्यावेळी याने मृतदेह दर्शनासाठीच्या खास पेटीसाठी खूप डोके खाल्ले.. मी गमतीने म्हणालो कि आत झोपलेल्या माणसाला काय समजणार आपली पेटी काटकोनात आहे का, त्यावर तो हसत बोलला

गुड ऑब्झर्वेशन या सद्दाम, बट पीपल कमिंग टू सी आर खरबान ! दे आस्क मेनी क्वेश्चन !त्यानंतर त्याने अरेबिक मध्ये असलेला इन्सान हा शब्द म्हणजे इंग्लिश insane च्या अर्थिच आहे हे समजावले.

आमच्या मेसच्या पोर्टकेबिनखाली कुठून तरी एका कुत्रीने पिले घातली होती. एका शुक्रवारी मी सकाळी ब्रेकफास्ट करताना स्वारी उगवली.

मेसचा दरवाजा ढकलून मला पाहिल्यावर, या सद्दाम, हू ब्रिग द डॉग हेर? असे विचारले. मला वाटले याला सोबत म्हणून एखादे पिलू न्यायचे असेल, मी तसे सांगताच तो खवळला ! ला ला ! नो वॉन्ट धिस खरबान वलद (बच्चे), तू मच नॉईज ! नंतर मला समजले कि एकुणातच या अरबी, इजिप्शिअन लोकांना कुत्रे आवडत नाहीत, कदाचित कुत्र्यांचे खुले आम खेळ याना खेळता येत नसल्याने त्यापेक्षा मांजर जास्त आवडते.

दुर्दैवाने एकदा मला त्याच्या गाडीत बसावे लागले, आणि सुदैवाने ती शेवटचीच वेळही झाली. गुरुवारी बँकेत जाण्याची घाई असताना मला हा गेटवर भेटला आणि नाईलाजाने मी लिफ्ट स्वीकारली. सिगारेटचा कोंदट वास, न साफ केलेल्या गाद्या, कॉफीचे रिकामे सुकलेले कागदी कप्स, पसरलेले कपडे… आणि या अशा अवस्थेत बुद्धा मजेत गाडी चालवत होता. मी सहजच विचारले सर माफी मॅकीना नदाफ (व्यकुम क्लिनर) ? त्यावर त्याने हसत उत्तर दिले

नो नेसेसरी, कॉस्ट व्हेरी मच ! सियारा, इंजिन गुड, ब्रेक गुड, खल्लास ! मा इबगा आदर थिंग्स!!

कैरोमध्ये असलेल्या एकुलत्या बायकोशी संपर्क ठेवणे हा त्याचा एकमेव विरंगुळा होता. त्यामुळे कॉन्ट्रॅक्ट प्रमाणे मिळत असलेला टेलेफोन अल्लाउन्स किती कमी आहे हे सांगण्यात त्याला कधीच कमीपणा वाटत नसे. हिंदुस्थानी आर्किटेक्टचर विषयी मात्र त्याला फार आदर होता. एकदा तरी भारतात येऊन प्रत्यक्ष जुन्या वास्तू पाहायच्या आहेत हे त्याने मी साईट सोडताना आवर्जून सांगितले.

दुसरा महंमद हा माझ्याकडे फ्रंट व्हील लोडर चालवायचा. ए आय चा जमाना अजून सुरु व्हायचा होता पण एखाद्या इमानदार जनावरासारखे ते हेवी मशीन याच्या आज्ञेप्रमाणे हालचाली करीत असे. अर्थातच वेळच्यावेळी तेल पाणी करणे, टिपटॉप स्वच्छता आणि सर्व हायड्रॉलिक गियर वगैरेवरची याची सुरेख पकड

हेच त्यामागचे कारण असावे. हाही इजिप्तचाच पण एका लहान गावातून आलेला. शुक्रवारी साईटवर नुसता येऊन गेला तरी त्याला मालकाकडून शंभर रियाल मिळत. साहजिकच गुरुवारी संध्याकाळी साईट सोडताना ''मुहंदीस, फी शगल बुकरा?'' असे उद्या काम आहे ना विचारायला चुकत नसे. प्रोजेक्टचा शेवट जवळ आलेला, भरपूर प्रमाणात रेती फीलिन्ग आणि इतर लहानसान कामे असल्याने याचे अर्धा दिवस येणे मला खूप फायद्याचे होई. मी इतर भारतीय साहेबांसारखा इंग्लिश न पाजळता अरेबिक शिकण्याचा प्रामाणिक प्रयत्न करतो याचे त्याला फार कौतुक वाटे. मला बोली अरेबिक शिकवणाऱ्या अशाच अनेक गुरूंमध्ये याचा वाटा मोठा! एकदा बरीच गर्दी दिसली म्हणून पुढे गेलो तर साईटवरच्या दोन गाड्यांचे मालक भांडताहेत आणि काचा वगैरे पडलेल्या दिसल्या. ''ऐश मुष्कीला या महम्मद ?''

माफी कबीर मुष्कीला या मुहंदीस ! सिएरा इजी, सदमा, बस्स नूर खरबान ! (काही विशेष नाही, दोन गाड्यांची टक्कर होऊन लाईट फुटला.)

पटकन श्रीदेवीचा सदमा आठवला, तो मनाला धक्का होता,हा गाडीला !!

रमझानच्या सुटीत हा इजिप्तला जाऊन आला. मलाही बोलवत होता पण मला जमणार नव्हतेच. आल्यावर मी म्हटले तू बोटीने गेला होतास काय,

तर म्हणाला नाही, त्याला आठवडा लागतो. विमानाने दोन तासात जाता येते. शुक्रान या सद्दाम, इंता जिब शगल योम अल गुम्मा ! इजिप्शिअन बोलताना ज चा ग करतात हे ठाऊक होते पण जुम्माला गुम्मा म्हणतात हे नवीन होते. म्हणजे मी बोलावलेल्या शुक्रवारच्या कमाईतून तो विमानप्रवास करू शकला.

तिसरा महम्मद हा मी नाक्यावरून आणलेल्या इजिप्शिअन लेबर पैकी सर्वात मोठा. वयाने आणि अनुभवानेही. छोट्या छोट्या मॅन्युअल

मातीकामात ब-याचदा दगड लागायचे. हा अशा जागांवर आदल्या दिवशी खराब पाण्याचा टँकर मागवून पाणी जिरवत असे. अशाने दुस-या दिवशी जमीन नरम होते आणि दगड मोकळे होतात हे त्याने दाखवले. एकदा पेव्हमेंटसाठी काँक्रीट मागवले होते, गाडी निघाल्याचा फोन आला म्हणून मी याला सांगितले कि सगळे ड्रम भरून तयार ठेवा, काँक्रीट टाकण्या आधी रेतीवर पाणी मारणे आवश्यक आहे. महंमद म्हणाला, ''साही, आना मालूम,, लेकिन अव्वल शुउफ मोटर माफी खरबान, बादेन तारतीब किल्लू बर्मिल. सा वल्ला ला? (हो हो, त्यापूर्वी मोटर चालू आहे का ते बघतो, पाईप सुटला नाही का हे सर्व बघायला लागेल. नंतर सर्व पिपे भरतो. खरा कि खोटा ? हे सा वल्ला ला मला पुढे ब-याचदा उपयोगी पडले!

■■■

६. पिनॉय पीपल

नमनाला बॅरेलभर तेल घालण्यापूर्वी हे clear करतो कि पिनॉय म्हणजे फिलिपाईनी पुरुष. बायांना पिलीपिना म्हणतात. हिंदुस्थानावर ब्रिटिशांनी राज्य केले त्यामुळे आपण येस फेस करायला शिकलो, फिलिपाइन्स बरीच वर्षे स्पॅनिश अमलाखाली राहिल्याने जागोजागी रेमुंडो, अलबेर्टो किंवा मार्गारिटा, मेनूका अशी नावे असणारे कोमस्तका बोलणारे हमखास आढळतात.

सौदी अरेबियातल्या आमच्या हॉस्पिटल साईटवर बरेचसे पिनॉय होते आणि जुन्या हॉस्पिटलात पिलीपिना परिचारिका असायच्या.

मी साईटला रुजू झाल्यावर सर्वांत आधी दोन महिने एका मोठ्या पोर्तकेबिनमध्ये रोमिओ रेमुंडो या इलेक्ट्रिकल इंजिनियरसोबत राहत असे. याने बरीच वर्षे सौदीत काढलेली आणि हालचालीप्रमाणे निदान ४० पुढचा तरी वाटायचा. एक तर जितके पिनॉय मी पाहिले त्यात एकालाही मिशी नव्हती. नव्हतीपेक्षा फुटली नव्हती असं म्हटलेलं बरोबर. आणि परत कुणाशीही बोलताना सहज म्हणायचे कि मी गेली वीस वर्षे इथेच आहे! न

राहवून एकाला मी खाजगीत विचारले कि बाबारे तुमचे महिने काय पंधरा दिवसांचे तर नसतात ना?

गमतीचा भाग सोडला तर या लोकांची मेहनत वाखाणण्यासारखी असे. त्यांच्या शिक्षणपद्धतीत बहुतेक हॅन्ड्स ऑन ट्रेनिंगला व्यवस्थित महत्व देत असावेत. प्रत्येकाला इंजिनियरिंगच्या पुस्तकी ज्ञानाबरोबरच प्रत्यक्ष हाताने काम करण्याची माहिती आणि आवडसुद्धा दिसायची. दिलेले काम कमीत कमी वेळात पूर्ण करून, आपल्या केबिनमध्ये जाऊन आराम करणे हा यांचा दिनक्रम. त्यामुळे उगाच ओव्हरटाईम करणे हे यांच्या स्वभावातच नसे.

समोरासमोर आल्यावर कोमस्तका, मापुती असे एकाने बोलल्यावर समोरच्याने आयुश् असे जोरात म्हटले कि मग सूर जुळायला वेळ लागत नसे.

मी सौदीत असताना म्हणजे २००१ ते २००४ ला आपला रुपया आणि त्यांचा पेसो हे रियलच्या तुलनेत सारखेच होते. तरी घरी पैसे पाठवायला बॅंकेत लायनीत उभे असताना आपल्यापुढच्या पिनॉयच्या हातातल्या रियालच्या नोटा पाहिल्यावर पगाराची तफावत जाणवायची. अर्थात याची दोन कारणे - तंत्रज्ञानाच्या बाबतीत फिलिपिनो टेक्निशियन हा नेहमीच चोख असे आणि त्यामुळेच त्यांना मिळणाऱ्या कमीतकमी पगाराविषयी फिलिपिनो एम्बसी नेहमीच जागरूक असे.

यांच्या कपड्यांची फॅशन मात्र टिपिकल असायची जरा वरच्या लेव्हलचे म्हणजे स्वतःच्या गाड्या असलेले मॅनेजर वगैरे नीट इनशर्ट वगैरे करून पण शक्यतो जीन्समध्येच असत. वर्कर मात्र खाली कसलीही जीन्स किंवा बर्मुडा आणि वर खिसा नसलेले टीशर्ट! हे इतक्या सिग्रेटी फुकतात तर त्या ठेवतात कुठे असा मला प्रश्न पडायचा. एकदा एकाला Tशर्टच्या खांद्याच्या आतल्या बाजूला ठेवलेले पाकीट काढताना पहिले आणि कोडे सुटले.

मेसच्या बाजूच्या जागेत गवती चहाचे एक मोठे बेट वाढले होते. चहात घालण्यापलीकडे याचा काय उपयोग अशा विचारात मी असताना एका रविवारी आमच्याच पोर्टकेबीनमधल्या किचनमधून लसूण आणि गवतीचहाचा खमंग गंध भरलेला जाणवला आत डोकावल्यावर पहिले तर म्हातारा रोमिओ रेमुंडो मोठ्या पातेल्यात फ्राईड चिकन बनवत होता. एक नवीन स्वाद त्या दिवशी चाखता आला.

दारू म्हणजे साक्षात मरण अशा सौदी अरेबियात हि पिनॉय मंडळी कधीच सुकी राहिली नाहीत.फक्त अशी गोष्ट विकत न घेता ती स्वकष्टाने बनवून मग त्याचा स्वाद घेणे हे त्यांनाच जमायचे.एका संध्याकाळी मी साईटवरून परतलो आणि आत शिरताच अक्खे पोर्टकेबीन तरंगत असल्यागत वाटले. रोमिओ आणि कन्सल्टन्टचा मेकॅनिकल स्टाफ हे हॉलमध्ये बसून धूम्रवलये सोडत गप्पा मारत होते. रोमिओ खऱ्या खुऱ्या रोमिओ मूडमध्ये येऊन पिनॉय च्यानेलवरचे तरुणांचे कार्यक्रम एन्जॉय करत होता. मी वॉशबेसिनकडे वळलो तर खाली एक मोठा प्लास्टिकचा बुधला दिसला.

ओह, सो हॅविंग पार्टी टुनाईट ? या माझ्या प्रश्नावर हसतच त्याने माझ्याकडे पाहून सहेतुक डोळा मारला. यु सी, वि मेक राईस वाईन आवरसेल्वेस सो नो मुष्कीला !!

त्यांच्या या आत्मनिर्भर प्रोडकटची चव घेण्याचे साहस मात्र मी केले नाही.

इस्लामव्यतिरिक्त कोणत्याही धर्माच्या उघड प्रसारावर बंदी असल्याने हे सर्व जण रविवारी रात्री आणि ख्रिसमसला एकाच्या घरी जमत, तिथे छोटासा देव्हारा ठेवलेला असे आणि प्रार्थना वगैरे होत.

शुक्रवारी म्हणजे साप्ताहिक रजेदिवशी यातले बरेचजण जुन्या हॉस्पिटलकडे वळत असत. मला नंतर समजले कि तिथल्या नर्सेसबरोबर या पिनॉय लोकांचे कॉन्ट्रॅक्ट म्यारेज असायचे. म्हणजे ती एक नर्स, आणि

हा मेकॅनिक,प्लंबर, ड्रॉयव्हर आणि हो, कधी कधी इंजिनीयरहि हे दोघे नवराबायकोप्रमाणे वावरत, आपापले कामाचे कॉन्ट्रॅक्ट संपेपर्यंत एक दुसऱ्याला भावनिक आणि काही गडबड होऊ न देण्याची खबररदारी घेत शारीरिकही आधार देत कॉन्ट्रॅक्ट संपवून दोघे मनिलाला उतरले कि त्यांचे मार्ग वेगळे, स्वतःचा तिथला संसार सांभाळणारे.

पॅसिफिक समुद्रातकाठच्या बेटांच्या देशातल्या या कष्टाळू, हुशार आणि कामाच्यावेळी काम पण तितकाच जरूरी आराम हे आपल्या कृतीतून दाखवून देणाऱ्या पिनॉयनी मला कामात विविध स्तरावर साथ दिली. एखाद्या प्लम्बर कडून त्याची मुले डॉक्तर आणि कॉम्पुटर शिक्षक बनली आहेत हे ऐकताना कौतूक वाटायचे.

भारतात परतल्यावर खूप वर्षांनी म्हणजे २०१९ला युरोप यात्रेवर असताना, युकेतून क्रुझवरुन युरोपात प्रवेश केला तेव्हा तिथल्या बंदरावर एक गोरटेला, थोड्या बसक्या नाकाचा आणि बारीक बदामी डोळ्यांचा तरुण समोर आला. टीशर्टच्या खांद्यातून सिगरेट पाकीट काढून त्याने एक सिगरेट शिलगावली.क्षणाचाही विलंब न करता मी पुढे होऊन त्याला म्हटले ''कोमस्तका मापूती'' ''आयूयूष'' म्हणत त्याने डाव्या हाताने पफ घेत उजव्या हाताने हस्तांदोलन केले!!

◼◼◼◼

७. मला भेटलेले जापनीज

सौदी अरेबियामधील सिमेंट प्लॅन्ट एक्सटेन्शनचे पूर्ण स्थापत्य काम आम्ही करीत असलो तरी आमचे क्लायंट एक जपानी कंपनी होती.

अर्थात साईटवर त्यांचा अगदी मोजकाच स्टाफ मौजूद असे. त्यात काही भारतीय, गोरे आणि जपानी होते. त्यातही खास लक्षात राहिलेले दोघे.

एक त्यांचा प्रोजेक्ट मॅनेजर हाताकामा आणि दुसरा गुणवत्ता अधिकारी यामागूची. जपानी पद्धतीप्रमाणे साहेब म्हणायचे तर हाताकामा सान आणि यामागूची सान.

जपान्यांमध्ये दोन प्रकारच्या शरीरयष्टीचे लोक दिसत. एक सुमोच्या जवळचे खाते पिते घरके आणि दुसरे कडकोळ! आश्चर्याची गोष्ट म्हणजे दोन्ही प्रकारचे कमालीची शारीरिक मेहनत करताना दिसत. हाताकामा किंवा सोयीसाठी आपण H -Saan म्हणू त्यांना, ते पहिल्या गटातले.

जपानी शिस्तीची पहिली झलक हि कि साईटवरच्या सर्वांना गणवेश, तोसुद्धा सारखा. त्यात मग काही जण ओव्हरकोट ऐवजी इन करणारे

असत इतकाच. H -Saan ना इन करणे जमणारे नसल्याने सैल बाह्यांचा ओव्हरकोट, त्याला वर दोन, खाली दोन खिसे अशा वेशात सकाळी ९ पासून कधीही, आणि सैरभर कुठेही ते दिसत. बरे कधीही पहिले तरी चेहऱ्यावर आत्ताच ड्युटीवर आल्याचा फ्रेशनेस. थकवा हा शब्दच बहुधा जपानी भाषेत नसावा.

प्रोजेक्ट मॅनेजर म्हणून मुख्य दरवाजाच्या आत शिरल्यावर जीप घेऊन सरळ साईट ऑफिसला कधीच जायचे नाहीत. सर्वसाधारण ऑफिस एरिया येण्यापूर्वी एका बाजूला वर्कर प्रसाधनगृह असत. म्हणजे चक्क प्लाय च्या भिंतीच्या आडोशाने बांधलेल्या खोल्या, आत कमोड बसवलेले आणि पाण्याचे पायपिंग. वाळवंटात याहून बरे काही करताही येत नसे. तर H -Saan सर्वप्रथम या टॉयलेट एरिया ला विझिट करून पाहणी करायचे, तिथे स्वच्छ आहे कि नाही ते पाहायचे मगच पुढं साईट ऑफिस. जर का काही सफाई नाही आढळली तर लगेच एक मेल आलाच त्यांच्याकडून. ज्या मॅन पॉवर च्या बळावर आपण काम उचलतो त्यांना स्वच्छ टॉयलेट्स दिली नाहीत तर त्याना शारीरिक रोगराईसोबत कामात मन न लागण्याने संपूर्ण कामाच्या प्रगतीवर परिणाम होतो हि जपानी सायकोलॉजी मला तिथे समजली.

एकदा गुरुवारी दुपारी साईटच्या टोकाला मी आणि आमचे हेड ऑफ प्रोजेक्ट उभे असताना ते अचानक तिथे आले. उद्याचे काँक्रीट शेड्युल काय विचारून उद्या शुक्रवार सुटीचा वार असल्याचे आम्ही सांगितल्यावर श्रीनिवास सान, नो हॉलिडे तुमॉरो, बिकॉज हातकामा वॉन्ट ! क्लिअर ?

मी पटकन बोलून गेलो, सर, वि विल डू इट नॉट आउट ऑफ फिअरफूल रिस्पेक्ट बट रिस्पेक्टफुल फिअर फॉर हाताकामा सान ! इतके इंग्लिश संपूर्ण शिक्षण जपानीतच झालेल्या माणसाला कदाचित अवघड झाले असावे. त्यांनी वरच्या खिशातला ट्रान्सलेटर काढून टकटक त्यावर मी काय बोललो ते टाईप केले आणि त्याचे जपानी भाषांतर वाचून माझ्याकडे

पाहत बोलले यू व्हेरी स्मार्ट !

प्लान्टची काही हेवी यंत्रसामग्री बाहेरून येणार होती आणि त्यांच्या ट्रेलर्सना आतला कच्चा रास्ता अजिबात खड्डे नसलेला हवा होता. त्यावेळी आमच्या लोकल अरबी कॉंट्रॅक्टरकडून मी रोलर आणि ग्रेडर मागवून घेतला आणि योग्य अशी माती मिळवून पसरून आठवड्याभरात हवा तसा रस्ता तयार केला. पुढच्या विकली मीटिंगमध्ये H -Saan नि याचा आवर्जून उल्लेख केला आणि अर्थातच या कामाचे अधिकचे बिलहि मंजूर केले.

यामागूची सान, सोयीसाठी आपण Y -San म्हणूया, हे जपानी क्लायंट चे गुणवत्ता अधिकारी अर्थात क्वालिटी ऑफिसर. हा माणूस वयाने आपल्या भारताएवढा म्हणजे १५ ऑगस्ट १९४७ ला जन्मलेला ! कंपनीच्या कामानिमित्ते जवळ जवळ जगभर फिरलेला, अगदी सुरत, कराची या शहरातही राहून आलेला. १००० ला हज्जार आणि १५ला पंदरा म्हणतात इतकी हिंदीची माहिती असलेला. याच्या गणवेशाच्या कोटाच्या खिशात एक ४ इंची खिळा आणि पॅन्टच्या खिशात छोट्या हँडलची एक हातोडी असे. तेव्हा मोबाइल सौदीत नुकताच आलेला असल्याने आम्ही साईटवर जरा जास्तच सांभाळत असू एकदा सायलोच्या वर जाताना शिडीवरून एकाचा सेलफोन खाली पडला, सुदैवाने लगेच सापडल्याने वाचला. नेमका त्याचवेळी Y -San काही चेकिंग साठी तिथे आले होते. काय झाले हे समजताच त्यांनी पॅन्टच्या पट्ट्याला लटकत असलेला, स्प्रिंग सारख्या प्लास्टिक दोरीला बांधलेला सेलफोन दाखवला. सी?आय नेव्हर लूज माय सेलफोन ! छोट्या हातोडीने ते कॉंक्रीटची पोपडी ठोकून दाखवायला वापरत आणि खिळ्याने एखादे हनिकॉंबिंग (तयार कॉंक्रीटमधील एक त्रुटी)किती खोल आहे हे दाखवत ! अर्थात आमच्या कॉंक्रीट गॅंगने घेतलेली मेहनत फळाला येऊन Y -San ची हि इन्व्हेस्टिगेटिव्ह टूल्स कधी कामाला आली नाहीत.

ब्यागेज प्लांट कडे जाणाऱ्या एका अंतर्गत रस्त्याचे काम सुरु करावयाचे होते. संध्याकाळी सातच्या मीटिंगमध्ये ठरले कि दुसऱ्या दिवशी सकाळी नऊ वाजता जाग्यावर भेटून आपण काय काय अडथळे आहेत ते पाहूया आणि ते हटवण्यासंबंधी ठरवूया. त्याप्रमाणे सकाळी ९वाजता मी पोचलो तर Y -San माझ्या आधीच हजर. हातात एक डायरी, नेहमीच्या डायरीच्या अर्ध्या आकाराची पॉकिट डायरी. मी आपला बरोबरीचा मोठा प्लॅन उलगडून रस्त्याच्या सुरवातीचा जुन्या प्लांटचा स्ट्रीट लाईट खांब शोधू लागलो. Y -San नि लगेच त्या पॉकिट डायरीच्या शेवटी चिकटवलेला, पाच घड्यांचा, छोटा केलेला प्लॅन उघडला. हो, रेल्वे टाइमटेबलमध्ये वगैरे असायचा तसाच. आणि नुसता प्लॅन नव्हे तर त्यात सगळे अडथळे वेगळ्या रंगाने मार्क केलेले. मला विचारावेच लागले कि हे सर्व कधी केले? ओह, आफ्टर मिटिंग आय वॉज इन द ऑफिस तील अबाऊट टेन. आय गॉट द स्मॉल कॉपी अँड मार्केड दिस थिंग्स स्टडिंग द मेन ड्रॉईंग !

काम कसे नीटनेटके करावे हे अशा गोष्टीतून सहज दिसत असे.

नंतर मी सौदी सोडून दुसऱ्या प्रोजेक्टला गेलो, H -San चे दर्शन एकदा फेसबुक वर झाले - छान मांडी घालून घरात चहा पितानाचा फोटो. माझ्या हाय-हाय ला उत्तर मिळाले नाही. Y -San मात्र पुन्हा कधीच भेटले नाहीत. प्रत्येक स्वतंत्रदिनाला त्यांची आठवण येते.

■■■

 वाचलेली माणसं

८. अखतर चौधरी

जॉर्डनजवळच्या दोमा-अल -जुंदाल या हॉस्पिटल प्रोजेक्टवर मी बदली होऊन आलो. दोमा बस स्टॅण्डवर मला घ्यायला अखतर चौधरी आले होते. सहा फूट उंची, शेकहॅण्ड करताना हाताची मजबूत पकड आणि बोलताना खास पंजाबी अक्सेंट. आमचे तीन मल्लू ड्राइवर आणि स्वतः साईट मॅनेजर इफ्तिकार सोडल्यास हा एकच माणूस सौदी ड्राइविंग परवानाधारक असल्याने बऱ्याचदा राजशिष्टाचार मंत्र्याप्रमाणे नव्या स्टाफला आणण्यास जात असे!

हळू हळू मला समजले कि त्यांच्याकडे काहीतरी चाळीसेक बांगलादेशी कामगार दिले होते ज्यात सुतार, स्टील फिटर, मेसन तसेच हरहुन्नरी हेल्पर असे विविध कलाकार होते आणि त्या सर्व बटालिअनला अखतर चौधरी कडक शिस्तीत ठेवून कामे काढून घेत.

तेव्हाच्या परिस्थितीनुसार आम्हाला सर्वात जवळचे रेडी मिक्स काँक्रीट प्लांट काहीतरी चाळीस किलोमीटरवर होते. एक सुदानी ते प्लांट तीन ट्रान्झिट मिक्ससर्स ठेवून चालवत असे. तिथे जाऊन आपण हव्या

असलेल्या काँक्रीटसाठी ग्रेडप्रमाणे रोख पैसे भरले कि दुसऱ्या दिवशी दुपारपर्यंत साईटवर काँक्रीट पोचत असे.

मी पहिल्यांदा अखतर चौधरींबरोबर तिथे गेलो तेव्हा सोबत ससि हा ड्राइव्हरसुद्धा होता. गाडीने हॉस्पिटल साईट सोडून, बाजाराचा इशारा (सिग्नल) मागे टाकत हायवे पकडला तोवर आमच्या दोघांच्या गप्पा चालल्या होत्या. इतक्यात ससीच्या कॅसेट प्लेयरवर '' ऐ मेरे वतन के लोगो '' हे गाणे सुरू झाले, आणि आम्ही दोघेही निःशब्द झालो. गाडी चालवणारा निर्विकारपणे गाडी चालवत होता कारण त्याच्याकडे असलेल्या एकमेव कॅसेटवर हे आणि अशीच देशभक्तीपर गाणी होती आणि त्याला काहीतरी संगीत आहे यापलीकडे सखोल माहितीची जरूरी नव्हती. मागे बसलेल्यापैकी एक मी होतो - सौदीत येऊन सातआठ महिने झालेला आणि होमसिक वाटणारा तर दुसरा अखतर चौधरी - आमचा पाकिस्तानी फोरमन ज्याने सौदीमध्येच उणीपुरी वीस वर्षे काढली होती!

जास्त काळ गोरे आणि पिलिपिनो बरोबर काम केल्याने अखतर चौधरी कुणाशीही पंजाबी इंग्लिशमध्ये बोलत. म्हणजे ''आई वान्ट यु टू डू थिस्स यार '' वगैरे.

दीर्घकाळ सौदीतल्या वास्तव्यामुळे त्यांना विविध भागातले रस्ते नीट माहित होते. तसेच अरबांशी अरबी कसे बोलावे हे मला शिकवणाऱ्या गुरूंपैकी ते एक होते. एकदा एका पिनॉय इंजिनियरसोबत त्याला मी कामस्ताका बोलताना पाहिले होते. मी विचारल्यावर हसत अखतर चौधरी म्हणाले कि सातमसाब, ये जुबां भी थोडी थोडी आती है. रियाधमें एक भाबिजान इन्के मुल्क कि है ना ! नंतर मला समजले कि यांचे आणखी तीन भाऊसुद्धा सौदी मधेच काम करत होते पण प्रोव्हिन्स वेगळे होते.

मुलाच्या लग्नासाठी सुटीवर जाताना अखतर चौधरी ती बांगलादेशी सेना माझ्या ताब्यात देऊन गेले. जाण्याच्या आधल्या दिवशी सकाळी कामाचे ब्रिफींग झाल्यावर त्यांनी त्या वर्कर गँगचा मुखिया सलालुद्दीन

मंडल ला सांगितले, देखो कल से ये साब को तुम रिपोर्ट करोगे. काम बिलकुल मेरे साथ रेहेके करते थे वैसेही करना, कोई तक्लीफदी गुंजाईश नही होत्री, मैं नोकरी छोडके जा नही रहा! लौंटूगा महिनाभरमे वापस '' नो वंडर दुसऱ्या दिवशी मी जेव्हा साईटवर या एकवीस जणांना सबाह-आल -खैर केले तेव्हा त्या सर्वांनी एका सुरात मला ''सबाह अल नूर ''.म्हटले आणि त्यातल्या एकाने विचारलेच कि सार आप इंडियन ना ? माझा होकार मिळताच सारे आनंदाने कामाला लागले!

थंडीच्या दिवसात कुणाच्यातरी अचाट कल्पनेतून लेबर कॉलनीत बंकर बेड्स आणले गेले. त्यावर या लेबरना झोप लागेना,कोण वर आणि कोण खाली झोपायचे यावरून मारामाऱ्याही होऊ लागल्या. आम्ही साईटवर बोलत होतो कि कशाला हे सगळे करायचे. तेव्हा अखतर चौधरींनी लगेच कमेंट केली कि साब ये साले ऐसेही चिपककर सोते थे फर्शपर वो अच्छा था. इन्को ये सब सुकून बिलकुल ना देना चाहिए !

मी नंतर बाहरेनला जाऊन सहा महिन्यांनी परत सौदीत आलो ते सिमेंट प्लांटच्या प्रोजेक्टवर. तिथे चौधरींची परत भेट झाली. कामासंदर्भात आमचे बऱ्याचदा बोलणे होई. काही दिवसातच प्लाण्टपासून किलोमीटरभर दूर एक मोठे रिकामे गेस्टहॉउस स्टाफसाठी घेतले गेले जिथे पहिला मेम्बर मीच होतो. नंतर हळू हळू साईटवरून इतर स्टाफ येऊ लागले आणि मग एका रूममध्ये दोन दोन स्टाफ ठेवायचे ठरले. माझ्या बरोबर अगोदरच कुमार नावाचा नवा पोरगेला आयटी इंजिनियर होता. जनरली हिंदुस्थानी माणसे इतर कोणाबरोबर राहायला तयार नसायची. अखतर चौधरी सोबत कोण राहणार विचारता आमचा स्टोरवाला मेहता म्हणाला मी राहतो. कुणीतरी बोलले तू तो व्हेज है, कैसा राहेगा? त्यावर मेहताने सांगितले कि दुसऱ्या एका साईटवर ते दोघे एका पोर्तकेबिनमध्ये एकत्र राहत आणि अखतर चौधरी दर शुक्रवारी पूर्ण पोर्टकेबीन व्याकयूम क्लीन करायचे,रूम फ्रेशनर मारायचे आणि जरी मेसमध्ये ते बीफ मटण खात असले तरी

चुकूनही रूमवर घेऊन येत नसत. अमुक धर्म म्हणजे अस्वच्छ अशा भ्रमात राहणाऱ्यांसाठी हा एक धडाच होता.

माझे काम संपवून मी भारतात परतताना रियाध एरपोर्टवर झालेली आमची भेट अखेरचीच. सिक्युरिटी चेकमधून मी पटकन पार झालो आणि विमानाला वेळ असल्याने लाउंजमध्ये रेडबुल पीत बसलो होतो. जवळजवळ तासाभराने अखतर चौधरी पडल्या चेहऱ्याने आले.

''क्या साब कुछ खास चेकिंग चल रहा था कि कोई पेहचानवाला मिला ?'' मी सहजच विचारले

'' अरे इतना नसीब कहाँ? साले पाकिस्तानी पासपोर्ट देखतेही कुछ कसर छोडते नहीं चेकिंगमे. कुछ लोगोंके चलते सारा मुल्क बदनाम हो रहा है.''

अखतर चौधरीचा उद्वेग समजण्यासारखा होता.

तीन वर्षांच्या सलग साथीत मला तरी त्यांच्या वागण्या बोलण्यात काही खटकण्यासारखे आढळले नव्हते.

■■■

९. पांडुरंगराव ऊर्फ अली आबेद

अर् राफाच्या विमानतळाबाहेर मला घ्यायला आलेल्या अरुणसोबत एका धिप्पाड, गोऱ्यापान, टिपटॉप कपड्यातल्या व्यक्तीने पुढे येऊन माझ्याशी एक कडक हस्तांदोलन केले.

''Welcome to Rafha ya Mr Saddam!''

अली आबेदशी ही माझी पहिली भेट- impressive.

''Oh, it's SA-Tam. And yourself?''

''My name AaLi Abyed. I yam the manager here''

पुढे हा गृहस्थ लोकल लायाझनिंग, भाषांतर वगैरे(च) करतो हे समजले. तसेच अरेबिकची तोंडओळख होतानाआबियद म्हणजे पांढरा रंग हे समजल्यावर मी त्याचे पांडुरंगराव हे नाव ठेवले होते!

अली आबेद (यातला अलीचा उच्चार तो जबडा व्यवस्थित उघडून आली असा करत असे) आमच्या राफा हॉस्पिटल प्रॉजेक्ट साईटवरच्या फक्त 958 ब्रह्मचारी (All Male) कॅम्पचा ॲडमिन मॅनेजर, इथल्या भाषेत कॅम्प बॉस!

माझ्या पोर्टाकॅबिनच्या बाजूला मेस आणि त्याच्यासमोर अली आबेदचं संस्थान! संस्थान अशासाठी कि त्याच्या घराभोवती छोटेखानी लॉन, एका उंच पिंजऱ्यात कबुतरं, त्याखालचा पिंजरा काही कोंबड्या, एकदोन कोंबडे आणि दोन सहकुटुंब टर्की भरले होते. हा सद्गृहस्थ पक्षीमित्र वगैरे असावा या माझ्या मूर्ख निरीक्षणावर माझी कीव करत आमचा मुस्तफा ड्रायवर म्हणाला, ''सार तुमको मालू नै! ये सब इसने खाने के वास्ते रख्खा है!

इसके पास चार बक्रे भी है लेबर कॅम्प में. एक पाकिस्तानी बंदा सम्हालता उन्हे!'' बापरे, म्हंजे हा दोनशे टक्के मांसाहारी दिसतोय! कदाचित साठीनंतरही ताठा कायम राहण्याचे रहस्य या मिताहारात असावे.

अलीआबेदचा दिनारंभ सूर्योदयालाच एक छोटा कप मध, एक कच्चं अंडं, आणि त्यावर डार्क, बिटर कॉफी यांनी होत असे.

अर्थात हे मला ज्ञात झालं ते सकाळी सहा वाजता अध्र्या कॅम्पला चक्कर मारण्याच्या माझ्या सु-सवयीमुळे. हिरवळीवर खुर्ची टाकून शुभ्र पायघोळ 'तोप' घातलेला हा राजासारखा बसलेला असायचा. पुढ्यात टेबलवर सारा इंतजाम सेट केलेला! ''सबाह अल् खैर मिस्टर आबेद!''

''सबाह अल् नूर या सद्दाम!'' असे आमचे आमचे नमस्कार चमत्कार होत. मी सौदी सोडेपर्यन्त याला माझं नाव धड घेता आलं नाही आणि इतक्या थोर माणसाच्या नावाला मी का दचकतो हेही त्याला समजलं नाही!

राहत्या घरापास्नं ढेंगभर अंतरावर आमची साईट ऑफिसेस होती. आम्ही पायीच जात असू. पण अलीआबेद मात्र टकाटक कपड्यात, आरसपानी पॉलिशवाले शूज आणि पूर्वी व्हिझीटला जाताना डॉक्टर वापर तशी मोठाली लेदरबॅग हातात घेऊन आपल्या किया गाडीत बसून येई. मला वाटतं इंजिन आणि आपली इमेजसुद्धा ठीकठाक ठेवण्यापुरता हा उपद्व्याप असावा!

एकदा काहीतरी बोलायला मी त्याच्या कॅबिनमध्ये शिरलो. पटकन

वाकून त्याने माझ्या सेफ्टी शूला स्पर्श केला. मला कळेना हा कोणताअरबी रिवाज? ''Now yuu touch my shoes tip''

मी चमकून तसे केले. '' See dipherans? Yalla uour store nafar (माणूस) purchase खरबान शूज!

कॅम्पला आल्यावर सुरवातीला मी ज्या पिलिपिनी म्हातारबुवासोबत रहात असे तोही अलीआबेदसारखा आत्मनिर्भर होता. खुद लाना, खुद पकाना, खुद खाना! एके दिवशी अली आबेदला सहज विचारलं की तू बाजारातून कोंबडी का नाही आणत रोमिओ रेमुंडोसारखी तर त्याने ' छे छेआम्ही असं काही बाजारू खाणं खात नाही' असा चेहरा केला! '' माझं खाणं मी स्वतः पिकवतो, माझ्या दारात.,यात कोंबड्याही आल्याच!'' पॅलेस्टाईनमध्ये घरोघर स्वतः पाळलेले पक्षी, जनावरं खातात अशी माहितीही दिली.

इराक सीमेजवळच्या हॉस्पिटल साईटवरून जॉर्डनसीमेलगतच्या हॉस्पिटल कामावर माझी ट्रान्सफर झाली. अलीआबेदच्या किया गाडीतून मी, सोबत मोठे साहेब आणि अकाउंटंट असे निघालो.माझ्या बॅगा मागे भरल्यावर त्याने माझ्या हातातला सोनीचा कॅमकॉर्डर पाहिला.'वल्लाही या सद्दाम, we should have packed this. There are two kharban check posts on our way'' ''ओके, आल्ला विल शो वे, ताल ताsल (चल लवकर)'' असं म्हणत त्याने इंजिन सुरू केलं. हायवे पकडल्यावर त्याच्यात वैमानिक संचारला आणि 'मि. अली आबेद, स्लो डाऊन'' या अकाउंटंटच्या आर्जवाकडे दुर्लक्ष होत गाडी 120 ला पोचली. काच खाली करून त्याने एक सिग्रेट शिलगावली आणि धूर सोडला. काच खुलल्याबरोबर गाडीत कुठेतरी लपलेली एक माशी महाद्वार उघडल्याच्या आनंदात बाहेर पडली पण बाहेरच्या हवेच्या जोराने परत आत आली. Exit 5 पर्यन्त आम्ही त्या माशीच्या अयशस्वी पलायनाचा खेळ पाहत होतो. शेवटी 'यल्ला खरबान फ्लाय धिस'' म्हणत अली आबेदने शेवटचा

झुरका घेत थोटूक बाहेर फेकलं.

एक्झीट पाचचा चेक पोस्ट सुदैवानं नीट पार पडला. त्यापुढच्या म्हणजे जॉर्डन सीमा नजीक आल्याच्या चेकपोस्टवर काही तरुण सैनिक हातातल्या स्टेनगन्स रोखून सावधान उभे होते. क्षणभर मनात मी सर्व देवांना हात जोडले कि आज अली आबेदचे रूप घ्या! चेक पोस्ट जवळ आलं आणि या पट्ट्यानं गाडी न थांबवता थोडी पुढे नेली, वेग कमी करत थांबवली. बाहेर येऊन दोन्ही हात पसरत त्या शबाब (तरुण)सैनिकांना चेक करायची विनंती केली.

''यल्ला या शेबा(जा,निघा म्हातारबुवा) ओरडत त्यांच्या वरिष्ठाने खुणेनेच जायला सांगितलं. ''तू थांबलास का नाही अगोदर? पळायचंच होतं तर पुढे जाऊन का थांबलास?'' या माझ्या बावळट प्रश्नावर हसत अली आबेदचं उत्तर ''याके दीज शबाब नो मूव्हींग फ्रॉम देअर पोस्त फॉर वन कार.सो आय तेक माय सियारा (कार) आलातूल (सरसकट) and then स्टॉप तू शो हीम रिस्पेक्त!आल्ला सेव्ड अस.,दे आस्क तू माच फॉर खेंम्रा!''

पूर्णतः शाकाहारी असलेल्या आमच्या साईट मॅनेजरच्या पौरुषत्वाबद्दल तो (खाजगीत) तुच्छतेने बोलत असे. पुढे मला मुस्तफा ड्रायवरकडून समजले कि सत्तरीच्या जवळ पोचलेल्या या अलीची तिसरी बायको बत्तीशीतली आहे. रियाधला जाताना तो गाडीच्या डिकीत एक अख्खा बकरा सोडवून आईस बॉक्समध्ये घालून नेई. तिथे पोचल्यावर तिन्ही बायकात सर्व काही सारख्या प्रमाणात वाटून झालं कि ताजातवाना होऊन कॅम्पवर परते.

मी सौदी सोडून डायरेक्ट बार्बाडोसला जाताना, अली आबेद विमानतळावर आला होता. दोस्तासारखे आलिंगन झाले आणि पुन्हा हस्तांदोलनही.तीच 20mm पोलादी सळीसारखी जाडजूड बोटं, तेच तपकिरी मिशीतलं रुबाबदार स्मित. पण आज हाताची पकड पहिल्या

दिवसासारखी कडक नव्हती. ''आल्ला हाफिज या मुहांदिस सद्दाम'' म्हणत हात उंचावलेल्या अली आबेदचे पिंगट डोळे मला नकळत पाणावलेले दिसले.

यथा काष्ठैहि....सुभाषिताची प्रचिती मला भर वाळवंटात आली!

■■■

१०. रफिक चौधुरी

चौधरी आणि चौधुरी या दोन्ही नावांची माणसे भेटली तेव्हाच मला एक पंजाबी तर दुसरे बंगाली असतात हे समजले. रफिक चौधुरी हा कन्सल्टन्टचा आर्किटेक्ट. मूळ घराणे उत्तर प्रदेशाचे, दोन पिढ्यामागे ढाक्क्याला सुखवस्तू म्हणून स्थलांतर आणि बांगलादेश होण्यापूर्वी हा बुवा जो कराचीला स्थायिक झाला तो तिथेच.

त्यामुळे कधी जर इंडोपाक मॅच असेल तर TV रूम मध्ये येऊन म्हणत असे कि यार दोनो टीम मेरी हि हैं !

गोरापान रंग, कायम फुल्ल बाह्यांचा चेकर्ड शर्ट, डोक्यावर नेहमी गोल्फ टोपी आणि चेन स्मोकिंग हि ठळक वैशिष्ट्ये बंगाली, उर्दू अरेबिक आणि इंग्लिश या चारी भाषांवर प्रभुत्व असल्याने हा माणूस कुठल्याही ग्रुपात म्हणजे अर्थातच पिलिपिनो सोडून, लगेच मिसळत असे.

कधीही कन्सल्टंटच्या पोर्टकेबीन मध्ये गेलं तर टिपटॉप आवरलेले टेबल, त्यावर नीट लावलेली ड्रॉइंग्स, पेनांचा स्टॅन्ड एका बाजूला आणि हसतमुखाने रफिक माझे कैसे हो भाई म्हणून स्वागत करीत असे.

सिगारेट आणि चहा दोन्ही सारख्याच आवडीने खाणे हा आवडीचा छंद!

साईटवर फिरतानाही हा साहेब बंगाली बोलतो हे ठाऊक असलेला एखादा लेबर समोर येऊन याला सलाम करीत असे. दुपारच्या जेवणाच्या सुटीत, एखाद्या बिल्डिंगच्या वळचणीला बसलेल्या लेबर ग्रुपकडे ''कि रे, खावार जोलठा आसे?'' अशी विचारणा केली कि अदबीने पाण्याची बाटली पुढ्यात धरली जाई. काँक्रीटच्या रामरगाड्यात हा कधी रमला नाही. अंतर्गत सजावट जसे कि रंगकाम, फर्निचर यात अधिक रस घेऊन काम. बोलताना खूप सॉफ्ट, आवाज कधीच चढलेला मी पहिला नव्हता. पण एखाद्याला शालजोडीतलाबताता देण्यातही पुढे. आमच्या स्टाफपैकी एक मेकॅनिकल इंजिनियर, खूपच बारीक आणि तुरुतुरु चालणारा होता. त्याला रफिक सांगे,'' यार रॉबर्ट, साईट पर चलते वक्त पॉकिटमें पत्थर रखना भुलों मत. क्या है ना, यहाँ हवा बडी तेज है, काही उड जाओगे तो सीधे रियाध पहुच जाओगे!

मी सुटीवर जातोय हे कुठून तरी समजले तेव्हा मला खास भेटून त्याने वॉर्मर आणायला सांगितले. मुंबईला हे कधीच न वापरले असल्याने मी चुकून फक्त अर्धे म्हणजे वरचे इनर घेऊन गेलो. रफिकने ते घेतले आणि मला विचारता झाला ''क्या भाई ये आधाही लेकर आये हो? इसके नीचे का शलवार कहां छोड आये?''

माझ्यासारखाच फुडी असल्याने कधी स्वतः खीर केली कि आवर्जून मला बोलवत असे.ईदच्या दिवशी घरी कुर्बानीच्या बकऱ्याला कसे सुरमा वगैरे लावून सजवत असतील, सालन करण्यासाठी मसाला वगैरे वाटण्याचे सुरु असेल अशी आठवण हमखास निघे.

एकदा असेच काहीतरी गोड केले म्हणून मला निरोप पाठवला तर मी निरोप आणणाऱ्याला सांगितले कि ''साबको बोलो शामको बताता हूं'' दुपारी रफिक चौधुरी चहा घेताना भेटला तेव्हा मला म्हणतो यार आपको

बुलाया तो साथ में शाम और राधाको भी ले आओगे क्या?''

नेहमी प्रसन्न, हसमुख असलेल्या या चेहऱ्यामागे काही सल आहे हे मला फार उशिरा कळले.

कधीतरी बोलता बोलता समजले होते कि रफिकभाईच्या साल्याने बेल्जिअमला राजमहाल नावाचे हॉटेल सुरु केले होते आणि आपल्या भाच्या आणि बहीण याना त्याने तिकडेच बोलावून घेतले होते. रफिक चौधुरींचे बेल्जिअमला जाण्याचे प्रयत्न सुरु होतेच पण हिरव्या पासपोर्टमुळे काहीना काही अडचणी येतच होत्या.

मी सौदी सोडून निघताना रफिक चौधुरीची भेट झाली. पुन्हा कधी भेट होईल उपरवालाच जाणे या नोटवर अलविदा घेऊन हस्तांदोलन करताना बस दुआ किजीये हमारा बेल्जियम का काम हो जाए असे म्हणाला.

CUT 2 -

२०१९ साली युरोप सहलीला गेलो असता ब्रुसेल्समध्ये राजमहाल हॉटिलात जेवलो. सुंदर पंजाबी जेवण झाले, मॅनेजर पठाणी होता त्यालाही खुशामदीन म्हटल्यावर बरे वाटले. जेवून बाहेर येऊन दुसरीकडे जाताना मेमरी रिकॉल झालं कि अरे हेच तर ते राजमहाल हॉटेल नसेल ना रफिक चौधुरींच्या बायकोच्या भावाचे?

आता परत मागे जाऊन शोध घेण्यात मतलब नव्हता. देव, अल्ला, गॉड जो कोणी असेल त्याने रफिक चौधुरीला जिथे कुठे असेल तिथे सुखी ठेवावे इतकीच प्रार्थना मनोमन करून मी पुढच्या प्रवासाला लागलो.

■■■■

११. बार्बाडोसचा जॉर्ज

बार्बाडोसला वर्षभर राहूनही जॉर्ज या वल्लीचे पूर्ण नाव काय, हे मला कधीच कळले नाही; मुळात तसा शोध घ्यायची गरजही वाटली नाही. सहा फूट उंची, एफ्रो वंशाचे प्रमुख लक्षण असलेले टिपीकल केस आणि पोलादी सावली सलोनी कांती! थोडंसं अनुनासिक पण रॅप केल्यासारखं बोलणं ज्यात 'ह' चा उच्चार खरोखर महाप्राण वाटे (जसे कि वे-हि-कल)

केन्सिंग्टन ओवलच्या कामासाठी आम्ही त्याच्या जॉर्ज इम्पोर्ट ॲन्ड एक्स्पोर्ट कंपनीकडून गाड्या व ड्रायवर्स (त्याच्यासकट) घेतले होते. होते म्हणताना, जॉर्ज, एल्विन, एडवर्ड बरोबरच मागरिट आणि इवा या चालिकाही होत्या! स्त्रियांनी गाडी चालवायला (तेव्हां) बंदी असलेल्या सौदी अरेबियातून डायरेक्ट ट्रान्सफरवर आलेल्या माझ्यासारख्याला पोस्टवूमन, हवालदारीण, व ड्रायवर स्त्रियाच मुबलक असणारा बार्बाडोस म्हणजे एक सांस्कृतिक धक्का होता!

तर हा जॉर्ज जुना पोलिस अधिकारी. भरपूर ओळखी आणि उत्तम ड्रायविंग. Pynes (पाईन्स) चे गेस्ट हाऊस सोडून, दोन डोंगर पार करून समुद्राला समांतर रस्त्याला कधी लागलो हे जॉर्ज स्टीअरींगवर असला कि

कळतही नसे.

एकदा साईटवरून परतताना गाडीत काहीतरी विनोद झाला मी सोडून सगळे खळखळून हसले. दाक्षिणात्य भाषांच्या माझ्या इकतर्फा ज्ञानाने मला तो कळला, पण हसण्याइतका खास वाटला नव्हता.गाडी इवा चालवतेय हेसुद्धा कुणाच्या लक्षात आले नाही.

झालं! दुसऱ्याच दिवशी या दोन्ही बायांनी गाड्यांच्या चाव्या जॉर्जला परत केल्या. '' Dees men laff at me for no reason. Dem sfeek in an eleen langWej'' ही इवाची स्पष्ट तक्रार होती.जॉर्जने हे प्रकरण व्यवस्थित हाताळलं. '' Ok, tell us who all were there in the veHicle Eva?''

इवा बाईंनी मी व इतर तिघांकडे पाहिले. त्यावर जॉर्जने फक्त मलाच विचारले कि साहेब तुम्हाला काय वाटते? कारण तुम्ही यांच्या भाषेत नेहमी बोलत नाहीत! मीही मग समजावले कि हे लोक जुन्या साईटची काहीतरी आठवण काढून बोलत होते, पण इवाविषयी नक्कीच नाही. दोन्ही ड्रायव्हरणींची समजूत घातली गेली, ॲडमिन साहेबांनीही '' Please remember to speak in a language everyone understands'' अशी वडीलधारी ताकीद दिली. नंतर मी जॉर्जला खासगीत विचारलं कि बाबा तू माझीच साक्ष कशी काय काढलीस? यावर तो रापल्या चेहऱ्यावरच्या पिकल्या ट्रीम्ड मिशीत हसत बोलला, ''Mr Staam, I did not spend good twenty years in the police department just like that eh?''

भारतासारख्या सुदूर देशातनं (साडे नऊ तासाचा फरक!) येऊन आम्ही इथे स्टेडियम बांधतो आहोत याचे त्याला भारी कौतुक. ऐंशी बाय नव्वद किमीच्या बार्बाडोस बेटावरचे सर्वच रस्ते आणि गल्ल्या त्याला हातपाठ होत्या.

पूर्वींचे बार्बाडोस आता राहिले नाही, तरुण पीढीला क्रिकेटमध्ये रस उरला नाही याची खंत त्याच्या बोलण्यात नेहमी जाणवायची.

Bridgetownच्या लालबत्ती भागाकडून वळताना, इथे पूर्वीपिक्षा अधिक पोरी दिसतात पण रेट्सही वाढलेत अशी माझ्या कामाची नसलेली माहितीही त्याने एकदा बोलता बोलता दिली होती!

खापिजी हे ड्रायविंगंतरचे त्याचे दुसरे पॅशन! अख्ख्या बेटावर सर्वांत चवदार बाहबेक्यू चिकन कुठे मिळते, फ्लाईंग फिश घेताना कोळणीकडून डझनावर अधिक एक हक्काने घ्यायचा, रोटीसाठी आटा विकणाऱ्या एकमेव पाकिस्तान्याचे दुकान कुठल्या पॅरिशमधल्या कोणत्या गल्लीत आहे इत्यादि मौलिक ज्ञानाने मला वैयक्तिक आनंद मिळण्याबरोबरच माझी मेस मॅनेजरशिपही वाखाणणेबल झाली! साईटवरच्या छोट्यामोठ्या पार्टींवेळी तो भारतीय पदार्थ खास आवडीने घेत असे. ''I like the aroma of Ba-su-mati rice किंवा Oh, what a garliky flvour of this lentil stew (दाल तडका)!''

Come X'mas आणि त्याने आमच्यासाठी एका छान जागी डिनर दिलं. Pick up करायला खास लिमोझिन! देवदयेने आणि कंपनीयोगे बार्बाडोस पाहिले, पण कधीकाळी लिमोमध्ये बसू हे मात्र खरे वाटले नसते. रात्री उशिरा निघताना मी म्हणालो

" Thanks George for a memorable evening!"

" Oh, nothing great about it. Yor khampani hired veHicles from George Eemfort Exfort khampani, so dis is a small thokan from myself !"

बार्बाडोस सोडताना मला मुद्दाम येऊन तो भेटला. Mt Gay Rum ची gift edition, घेऊन! पुन्हा तोच कडक पोलिसी शेकहॅन्ड!

" George you must visit India once. I shall escort you around Bombay!"

''Ah! I hear that, but say Mum- baay, it's no more Bombe. Eh ?"

■■■■

१२. हाली मूर

माझ्याकडे असलेल्या श्री डब्लू स्टँडच्या बांधकामातील पोलादी सळ्यांचे काम करणारा लोकल बेजन ठेकेदार. वय सत्तरीच्या पुढेच, रंग तो हाताळत असलेल्या लोखंडाशी नातं सांगणारा, भरपूर उन्हात रापलेला. एकही दात शिल्लक नसलेला हाली बोलताना, खास करून हसताना बऱ्याचदा उगाच बापू (सिनिअर) यांची आठवण करून देत असे. हो, डोक्यावरची कापडी हॅट आणि कायम सैल पॅन्टीत खोचलेला शर्ट सोडल्यास.

आपल्या जवानीत म्हणे तो नावाजलेला क्रिकेट समालोचक म्हणजे कॉमेंट्रेटर होता. पुढे काही कारणास्तव त्याला माईक ऐवजी खर्चाला तोंड द्यावे लागले आणि तो या फिल्ड मध्ये आला. तसे पाहिल्यास बार्बाडोसमध्ये प्रत्येकजण हा या ना त्या प्रकारे क्रिकेटशी जोडलेला असायचाच. निदान त्या वेळी तरी. वयाचा थोडा परिणाम म्हणण्याइतपत चालताना जरा डुलत चालणे, बोलताना थोडे थांबून, दीर्घ श्वास घेऊन बोलणे वगैरे जरी जाणवले तरीही एकूणच जुने हाड असल्याने, जेव्हा तो

प्रत्यक्ष कामाला लागे तेव्हा मात्र पोलादाला लीलया वाकवणारा पहिलवान वाटायचा.

त्याच्या टीममधल्या चार खेळाडूंना म्हणजेच बार्बेन्डर्सना निरनिराळ्या बीम्स, कॉलम्स वगैरेचे शेड्युल वाटून दिले कि तो शांतपणे बेंच म्हणजे अङ्क्याच्या बाजूच्या खुर्चीत बसून तळहातावर वळलेल्या सिगारेटचे चार झुरके मारायचा आणि पुन्हा बेंचवर सळ्या वाकवण्याच्या कामात गुंतून जायचा. तिथल्या कार्यपद्धतीनुसार आर सी सी ड्रॉइंगमध्ये प्रत्येक प्रकारच्या स्टील बारला एक क्रमांक असे जो ठराविक कोड पाहून पडताळून पाहता येई ज्यात त्या प्रकारच्या बारला कसे वाकवायचे याचा तपशील असायचा. हालीला हे कोड रामरक्षेसारखे मुखोदगत होते. त्यामुळे नवे ड्रॉईंग आले कि आम्ही दोघे त्यावर तुटून पडू आणि काही फरक असला तर हालीच्या चाणाक्ष नजरेला तो लगेच दिसे. वेल मि Staam, थिस नंबर ख्यान नॉट फिट हेर.यु ख्यान नॉट गेट थिस लॉन्ग अ बार ऑन ध आयलंड असे ठासून सांगायचा, मग आम्ही ते डिटेल्स योग्य प्रकारे बदलून घेत असू.

मी सुटीवर जाऊन परतलो तेव्हा इथल्या फोटोत मी मोबाईलवर अंधेरी स्टेशनजवळ काढलेला एक विडिओ होता ज्यात साधूंचा हत्ती भाजीवाल्यांसमोरून शांतपणे चालताना दिसत होता. साईटवर संध्याकाळी आम्ही बोलत असताना तो विडिओ पाहत असता हाली पुन्हा लहान मुलगा झाला. ओह एलिफँट वॉर्किंग इन अ क्राऊडेड मार्केटप्लेस.ध लास्ट टाइम आय सॉ रिअल एलिफन्ट व्हेन आय वॉज इन स्कुल. सॉ इट इन अ सर्कस!

सोमवार ते शुक्रवार कसून काम, शुक्रवार संध्याकाळी बँकेत जाऊन आठवड्याचा पगार घेतला कि शनिवारी जीवाचे बार्बाडोस करायचे आणि रविवारी चर्चमध्ये देवाची भजने गात परत येणाऱ्या सोमवारकरिता तयार व्हायचे हा तिथला दिनक्रम आम्ही कामाच्या तलवारीखाली शनिवारीही काम चालू ठेवत बदलला होता. एका शनिवारी दुपारी हाली आणि त्याचा

पट्टशिष्य सोबर्स (हा रास्ता मॉन असल्याने केसांच्या जटा ठेवत असे.) आमच्या साईटऑफिस मध्ये येऊन सर्वांना काही तरी पत्रके वाटून गेले. एक छोटे निमंत्रण, त्यावर हाली, त्याची सौ, आणि दोन कॉलेज वयाची तरुण मुले यांचा फोटो,

दुसऱ्या दिवशी रविवारी नजीकच्या चर्च मध्ये एक प्रवचन होते आणि मूर परिवारातर्फे गावजेवण! मी म्हटले काय वाईट आहे जायला, मेसबील कमी होईल !

आपण थोडेच वाटणार आहोत तिथे गेल्याने? पण एकूणच सर्वांचा विचार नाही असा झाल्याने मलासुद्धा एकट्याने जाणे रद्द करावे लागले.

एकूणच कॅरेबियन मुक्तविचारी समाजात माणसाची जवळीक हि हम-निवाला पेक्षा हम-प्याला ने दाखवली जाते! साहजिकच मग कामाची प्रगती पाहायला जेव्हा प्रत्यक्ष राष्ट्राध्यक्ष येऊन गेले तेव्हा ''आता हा मोठा झाला, मी कॉमेंट्री करायचो त्या दिवसात हा आमच्यासोबत प्यायचा'' अशी माहिती हॅलीने अभिमानाने दिली.

भारतातून आलेल्या आमच्या मोठ्या साहेबानी लोखंडाचे वेस्टेज किती पर्सेंट असावे असा बालिश प्रश्न एका तरुण ईंजिनिअरने विचारला तेव्हा झिरो सांगून त्याची

बोलती बंद केली होती. वर, फक्त टुरिझमशिवाय काही पिकत नसलेल्या जागी आपण इतका खर्च करून स्टील मागवतो तर त्याचा प्रत्येक तुकडा,किती का लहान असेना, कामात आणला पाहिजे असा समजावणीचा दमही दिला. हालिला हे समजले तेव्हा त्याला अशा विचारांचे कौतुक वाटले आणि त्याने ते माझ्याकडे बोलूनही दाखवले.

पंधरा ऑगस्ट! त्या दिवशी स्थानिक सुटीचा प्रश्नच नव्हता, आणि आम्ही आपले रोजच्यासारखे साईटवर गेलो होतो, काम करत होतो. दहाच्या सुमारास हाली एक चॉकलेट बॉक्स घेऊन माझ्याकडे आला, माझ्या हातात बॉक्स देत म्हणाला '' फेलिसिटेशन्स ऑन युर इंडिपेन्डन्स

डे!'' मला एक सुखद धक्का बसला.

मी म्हटले, बाबारे मी कामानिमित्त देशाबाहेर इतर ठिकाणी राहिलो आहे, पण आज पहिलीच वेळ जेव्हा एक स्थानिक माणूस मला माझ्या देशाच्या स्वातंत्र्यदिनादिवशी शुभेच्छा देऊन माझे तोंड गोड़ करतोय !''

त्यावर हाली बोलला त्याने मी अंतर्मुख झालो. ''That's because I have seen the last traces of slavery, though never felt it myself. I must be seven or eight years when we got Independence!''

■■■

१३. बॉब जार्डीन

रॉबर्ट जार्डीन हा वेस्ट इंडिजमधल्या बार्बाडोस येथील आमच्या स्टेडियमचा आर्किटेक्ट. स्थानिक असल्याने बेजन म्हणायचे पण मूळ आयरिश वंशाचा . गोरापान रंग, नेहमीच हाफ शर्ट इन केलेला, हसरा चेहरा हि ठळक वैशिष्ट्ये. मी पाहत असलेल्या श्री डब्लू स्टेडियमच्या फिनिशिंग कामानिमित्ते साईटवर नेहमीच भेट व्हायची.

दुसऱ्याचा वेळ फुकट जाऊ द्यायचा नाही आणि दुसऱ्यावर आपला किमती वेळ फुकट घालवायचा नाही हे तत्व अगदी काटेकोरपणे पाळणारा.

साईट ऑफिसात जुजबी बोलणे झाले कि लगेच आम्ही काम पाहायला जात असू. तिथेही काही अडचण असेल तर सोल्युशन लगेच मिळे. त्याचे शिक्षण कुठे झाले होते ठाऊक नाही पण कमानकलाकाराला (रोमन संस्कृतीत आर्च म्हणजे कमान बांधण्याच्या माहितीतून आर्किटेक्चर म्हणजे कमानकला हा शब्द आला असे वाचले होते कुठेतरी!) आवश्यक असलेले, एखादी वास्तू वापरणाऱ्यांच्या नजरेतून पाहण्याचे ज्ञान वाखाणण्याजोगे होते.

दोन इंच व्यासाचा पाईप भिंतीला लावून जिन्याच्या दोन्ही बाजूला केलेलं हँडरेल. हे काम सर्टिफाय करायला मी बॉबला घेऊन स्टँडवर गेलो. सर्व वेल्डिंग जागेचे व्यवस्थित ग्राइंडिंग वगैरे पाहून जिना उतरत असताना एका जागी तो थांबला.

मला म्हणाला कि इथे हात धरून बघ.

मी सहजच बोललो कि काय विशेष, या जागी गोल कॉलम पुढे आल्याने गॅप जरा कमी झालीये इतकेच.

त्यावर त्याचे उत्तर होते- हे तू सांगू शकतोस कारण तुला दिसते आहे. इमॅजिन एखादा आंधळा माणूस जिना चढतो आहे आणि अचानक त्याची बोटे अडकल्यागत झाली तर त्याला समजणार नाही काय गडबड आहे.

"मग? कॉलम काही मागे होऊ नाही ना शकत!"

"खरंय, पण पाईप एक इंच दूर जाऊ शकतोच. प्लिज पाईप काढून पुन्हा लावून घ्या, आणि अशी जागा जिथे येईल तिथे मला न विचारता हा बदल करा. कारण एका इंचाने जिन्याच्या रुंदीत काही खास फरक पडणार नाही पण इथे येणाऱ्या एका क्रिकेटरसिकालासुद्धा त्रास होता काम नये."

आमच्या श्री डब्ल्यू स्टॅन्ड चे गोल कॉलम हे त्याचे रचनात्मक सौंदर्य. डोळ्यात तेल घालून काँक्रीट करूनही काही प्रमाणात अतिसूक्ष्म छिद्रे राहिली होती ज्याचा स्टँडला काहीच त्रास होणार नव्हता. पण एकदा भारतातून एक मोठे साहेब आले आणि त्यांनी आदेश दिला कि जर मनाजोगते फिनिशिंग येत नाही तर सिमेंटच्या जवळची शेड निवडून पेंट करून घ्या. पेमेंट केले तर ठीक नाही आपल्या खर्चनि. शेवटी हे स्टेडियम एक प्रतिष्ठेचे प्रोजेक्ट आहे कम्पनीसाठी.

बेटावर उपलब्ध असलेली कोणतीच शेड बरोबर वाटेना. अखेरीस मी युनिव्हर्सल शेड बुकलेट मागवले आणि त्यातल्या दोन शेड्स वर आमचे

म्हणजे मी आणि बॉब यांचे एकमत झाले. किस्सा त्यापुढचा आहे. बॉबने दोन्ही शेड्स समोर धरल्या आणि मला म्हणाला, तू सांगशील ती शेड आपण लावू! अधिकार गाजवणे आणि अधिकार सजवणे यातला फरक मला तिथे दिसला.

सदा हसऱ्या चेहऱ्याच्या बॉबला एकदाच मी चिडलेले पहिले होते. एका शनिवारी आम्ही साईटवर फिरत होतो. एक बेजन माझ्याकडे काहितरी काम पाहिजे म्हणून आमच्या मागून मागून येत होता. त्याच्या चालीवरून तो प्यायलेलाही वाटत होता. मी बऱ्या भाषेत त्याला टाळून पाहिले पण तो हटेचना. अखेर बॉबने त्याला चढ्या आवाजात सांगितले कि तुला एकदा बोललेले समजत नसेल तर मी सिक्युरिटीला बोलवून तुला बाहेर काढतो. तरी तो वाद घालू लागला कि तू कोण मला विचारणारा ? त्यावर बॉब बोलला मी इथला आर्किटेकट मीही तुझ्यासारखाच बेजन आहे , गोरा असलो तरी. हा माणूस इतक्या दुरून इथे आला आहे आपल्याला एक चांगले स्टेडियम बांधून द्यायला. मला अजिबात आवडणार नाही कि तो जाताना बार्बेंडोसच्या लोकांविषयी म्हणजेच तुझ्या माझ्याविषयी वाईट गोष्टी मनात घेऊन जाईल.

लगेच सॉरी म्हणत तो अडखळत्या पावलांनी स्टेडियम बाहेर निघून गेला.

बापरे! देशभक्तीची पोकळ व्याख्याने ऐकलेला मी, इतकी रोखठोक देशभक्ती पाहून भारावून गेलो होतो.

साईटवर लावलेले पाइप्सचे स्कॅफोल्डिंग चुकवून जाताना बऱ्याचदा कसरत करावी लगे. एकदा अशाच एका फ्रेमखालून मी वाकून गेलो. बॉबने तीच फ्रेम चिंपांझीसारखे वरच्या बारला पकडून, अक्खे शरीर एका झोक्यात पुढे नेऊन पार केली. मी बघतच राहिलो. बॉब तुझे वय किती ? त्याने सांगितले तो आकडा माझ्यापेक्षा दोन वर्षे अधिक होता!

"मी शारीरिक वयाला मनावर स्वार होऊ देत नाही. मन तरुण

 वाचलेली माणसं

ठेवले कि शरीर झक मांरत तरुण राहते."

बेजन लोकांच्या चिरतारुण्याचे रहस्य फक्त माउंट गे रम नाही तर हर फिक्र को धुवे में उडाता चला गया हि वृत्ती असते हे मला त्या दिवशी (पुन्हा एकदा) दिसले.

उसकापणीचा म्हणजे KADUMANT हा तिथला मोठा उत्सव. त्यावेळी निघणाऱ्या मिरवणुकीत निरनिराळ्या वेशभूषा करून लोक हिरीरीने सहभाग घेत. महिनाभर अगोदर स्थानिक कमिटीकडे नाव नोंदणी करून आपला ड्रेस वगैरे निश्चित करावा लागे. काही महत्वाच्या कामांची धांदल, हॅन्डीन्ग ओव्हर (आमचे बरेच जण याला हॅन्ड ओव्हरिंगही म्हणत!) चे टेन्शन यामुळे आणि त्यातही आपण शेवटी पाहुणेच या भूमिकेतून आम्ही कोणीच या भानगडीत पडलो नव्हतो.

मिरवणूक पाहायला मात्र मी आणि सुंदरन सकाळपासूनच मुख्य मैदानावर हजर होतो. निरनिराळ्या गावातून आलेले वेगवेगळे संघ आणि त्यांची रंगीबेरंगी वेशभूषा, गुलामीचे जोखड भिरकावून मुक्त झालेला बेजन समाज या साऱ्याचे देखावे पाहत असताना उन्हे वाढली तसे आम्ही रस्त्याने पुढे चालू लागलो. जागोजागी मिरवणुकीतल्या सहभागी कलाकारांच्या हातातले मग्स रिफील करायला बँक बियरच्या गाड्या उभ्या होत्या. रस्त्यालगतच्या घराबाहेर छोटेखानी स्टॉल वर सॉल्ट ब्रेड, फ्लायिंग फिश आणि मॉंटगे रम , पिनाकोलाडा हे विक्रीसाठी ठेवले होते आणि सर्वच जण त्याचा आस्वाद घेत होते. दुपारी अडीचच्या सुमारास आम्ही ब्रिजटाऊनकडे जाणाऱ्या हायवेला पोचलो तेव्हा जाणवले कि आज फक्त पिणेच सुरु होते, नाही म्हणायला खाऱ्या पावाची चव घेणे सोडले तर.

मिरवणूक सुरु होतीच. इतक्यात सुंदरचे लक्ष समोरून येणाऱ्या रोमन सैनिकाकडे गेले. तो पिसांचा मुकुट, कोपरापर्यंतचे धातूचे गाड्स , उघड्या अंगावर घातलेले कवच. कमरेला खड्ग आणि एका हातात ढाल! उंचीला

मात्र हा सैनिक थोडा शॉर्ट वाटत होता आणि हो, डोळ्यावर चष्माही होता! इन फॅक्ट त्यामुळेच तो बॉब असल्याचे समजले होते. सोबत एक मुलगा , मुलगी आणि बायको. सारे कुटुंब सैनिकी वेषात! मी पुढे होत बॉबला हाक मारली आणि हस्तांदोलनही केले. त्यानेसुद्धा हसत कुटुंबाशी ओळख करून दिली.

बार्बाडोस क्रिकेट असोसिएशनला स्टेडियम देण्याचा सोहळा होण्याच्या आधल्या रविवारी आम्ही सर्वांना पार्टीचे आयोजन केले होते. सिनिअर स्टाफचा वीला त्यासाठी तयार केला होता. स्थानिक मंडळींच्या आवडीचे फ्लायिंग फिश होतेच. मी बॉबला आग्रह केला कि फ्लायिंग फिश खाऊन पहा इंडियन मसाला लावलेले. हातातला रमचा ग्लास सांभाळत तो म्हणाला ''फ्लायिंग फिश नेहमीच खातो. आज मी बासुमती राईस खाणार आहे. खूप ऐकले आहे पण चव कधी घेतली नव्हती.''

मी म्हटले, ''बॉब पुन्हा भेट कधी होईल सांगता येत नाही पण जेव्हा जमेल तेव्हा Do visit India, and of course Bombay ''

''It's Mum-bayy Satam! तुम्हीच जर चुकीचे नाव घेतलात तर जगाला काय पडले आहे?''

■■■■

    वाचलेली माणसं

१४. स्प्रिंग हायवेचा भिकारी आणि क्रिस्टल

बार्बाडोसमधल्या वास्तव्यात संध्याकाळी स्प्रिंग हायवेच्या कडेने चालत जाऊन टेकडीवरच्या आमच्या जॉर्डन व्हिलामध्ये परतणे हा एक चांगला व्यायाम असे आणि तो मी न टाळता आणि कंटाळता करीत असे. जाताना उजव्या हाताचा समुद्रकिनारा आणि सूर्यास्ताचे सोनेरी आकाश येईपर्यंत काळोखात बुडालेले असायचे, बिचवरच्या हॉटेलचे लाईट्स सोडता. तर डावीकडे आणखी हॉटेल्स, एक दोन शॉपिंग मॉल्स, मधेच वर जात गायब होणाऱ्या छोट्या गल्ल्या आणि या दोघांमध्ये अंगावर दिमाखातल्या गाड्या फिरवत असलेला स्प्रिंग हायवे हा मुख्य रस्ता. माझ्यासारखे अनेक हेल्थफ्रिक्स अर्थात पुरुष व बायाही असा वॉक घेताना दिसायचे. काही ओळखीच्या चेहऱ्यांची स्मितहास्याने देवाणघेवाण व्हायची.

अशाच एका संध्याकाळी, स्प्रिंगफिल्ड गॅस बंक (पेट्रोल पंप)च्या पुढे मी पोचलो असता अचानक एकजण समोर आला. ''गुड इव्हनिंग सर! हाव आर यु थिस इव्हीनिंग?'' अंगापिंडाने मजबूत, रंगीत बिनबाह्यांचा

टी आणि खाली सैल बर्मुडा. पायात कॅनवास शूज. कुणीतरी साईटवरचा बेजन वर्कर असावा म्हणून मीसुद्धा गुड इव्हनिंग म्हणत पुढे जाऊ लागलो. तर या पठ्ठ्याने मला खुणेने थांबवत, '' आय फील शेमफूल to आस्क यु फॉर अ डॉलर, बट आय आम कंपेलड टू दु सो as आय have नो कॅश अँड जस्ट एम्पटी पॉकेट्स ऑन मी.'' च्यायला, मी भीक मागायच्या या मार्केटिंग पद्धतीने उडालोच, पण एव्हाना मीही बार्बाडोसच्या बारा बार मधली माउंट गे रम चाखलेला असल्याने मग त्याला तसेच उत्तर दिले कि ब्रदर सॉरी आय डू नॉट कॅरी एनी कॅश आयदर, सो प्लीज डू नॉट वेस्ट टाइम विथ मी.

आज बारबाडोस सोडले, एकुणीस वर्षे झाली,पण स्टाईलमध्ये आणि स्वतःला वाईट न वाटता समोरच्याकडे एक डॉलर मागणारा तो कायम स्मरणात राहिला आहे.

शनिवार संध्याकाळी, व्हिलामधले उत्साहात बनविलेले संभार व रस्सम भात आणि सोबतीला एखादा भडक सिनेमा हे नको असल्याने मी बहुतेक वेळेस दीड डॉलरचे तिकीट काढून बेटाच्या दुसऱ्या टोकाला जात असे. एकदा सहज बदल म्हणून मी जॉर्डन विलातून टेकडी उतरून खाली आल्यावर वरच्या म्हणजे उत्तरेच्या दिशेने चालू लागलो. डाव्या कडेचे महागड्या हॉटेलचे निऑन लाईट्स मागे टाकता टाकता एक बोर्ड दिसला क्रिस्टल- एन्जॉय अ बेजन डिनर

चौकशी केल्यावर पाच डॉलरमध्ये चिकन राईस आणि सोबत एक रम. शिवाय मंद संगीत सुरु होतेच. पहिल्या दर्शनी मी क्रिस्टलच्या प्रेमात पडलो.

दुसऱ्या तिसऱ्या भेटीनंतर मला कळले कि हा कारभार हाकणारी जी कुणी आखूडशिंगी शिसवी सुंदरी होती तीच क्रिस्टल. सगळ्या व्यापात स्वतःला मापात राखणारी. तिच्या रापलेल्या काळ्या चेहऱ्यावर गावठी

गुलाबी लिपग्लॉसमुळे ती ताज्या बीटरूटसारखी दिसायची. बेजन मुलींमध्ये सर्रास आढळणारी स्मोकिंगची आवड हिला नव्हती हे बरे. तिला या कामी मदत करताना क्वचित किचनमधल्या पोरांवर, जन्मदात्यांचा उद्धार करीत ओरडणारी, किडकिडीत बांध्याची बॉयकट केलेली, कोणत्याच अंगाने सुंदर न दिसणारी असिस्टंट जॅकी. क्रिस्टलचा बाप एका क्रूझ वर काम करायला गेला तो न परतण्यासाठी. खुणेसाठी आईकडे ठेवलेली क्रिस्टल आईमागे चर्च च्या मदतीने शिकली आणि कुठेतरी काम करण्याऐवजी मग तिने हे छोटे रेस्तोबार काढले. जन्मापासूनच माणसे पारखायला शिकल्याने तिला सेफ डिस्टन्स व्यवस्थित समजायचे हे अटलांटिक सागराच्या फेसाळत्या लाटा पाहत माउंट गेचे घुटके घेताना मी कैकदा ऑबझर्व केले होते. नुसते खाणारे, पिणारे, आणि डॉमिनो खेळणारे या सर्वांना ती त्या त्या जवळीकीने हाताळत असे. डॉमिनो खेळणारे अर्थात जास्त लोकल असायचे.

याच क्रिस्टल कडे एकदा गम्मत झाली. काहीतरी करौके नाईट सुरु होती.वेस्ट इंडिजचे सोका म्युझिक आणि भोजपुरी शब्द अशा अजब मिश्रणाची चटनी सॉंग्स सुरू होती आणि मी जॅकीला शकिराचे हीप्स डोन्ट लाय लावायला सांगितले. गाणे सूरु झाल्याबरोबर सारा माहोल बदलला माझ्यासमोरच्या टेबलावर बसलेल्या गोऱ्या जोडीतली बाई ऊठून बेभान नाचू लागली. गाणे संपले, टाळ्यांचा कडकडाट झाला आणि तिच्या साथीचा बुवा माझ्याकडे येऊन मला थँक्स म्हणू लागला. मी म्हटले, काय झाले, तर समजले कि हा बाबा एक आयरिश बँकर, बायकोला घेऊन इथे सुटीवर आलेला. आज काहीतरी बिनसल्याने संध्याकाळपासून हिने अबोला धरलेला. पण आता या आवडत्या गाण्याने हिचा मूड परत छान झाला मी म्हटले खरोखरच या गाण्यात आहेच रे जादू.

इतक्यात पहिले तर क्रिस्टल बारमागे अलगद टिशूने डोळे टिपत होती. एकदा वाटले तिला विचारावे पण चार घडीचे विश्रांतीचे क्षण

घालवण्यापलीकडे असे काय लागत होतो आम्ही एकमेकांचे? चार पाच रेगुलर चेहऱ्यांपैकी एक हीच माझी आयडेंटिटी तिथली.

दिवाळी संपली. फ्रेंच गायानावारून आलेल्या अध्र्या डॉलरच्या सहा पणत्या लावून आणि नवे कपडे घालून मीही नऊ तासांच्या फरकाने घरापासून दूर दिवाळी साजरी केली.

आज रविवार, दुपार जरा आळसात गेल्याने सायंकाळी फ्रेश होऊन फेरफटका मारायला आम्ही खाली उतरलो. साब चलो आज आपका क्रिस्टल के पास जायेंगे. सेल्वाच्या या आग्रहाखातर मग आम्ही त्या दिशेनं चालू लागलो. थोडे पुढे गेलो नाही तर लांब धूर दिसू लागला कसली आग लागली असा विचार करतच आम्ही जागेवर पोचलो. जे पहिले त्यावर माझा विश्वास बसेना. आगीत क्रिस्टलचा सारा दिमाख राख झाला होता. जळक्या कार्पेटचे आणि फुटक्या कत्लरीचे अवशेष. अर्धवट जळालेले साउंड बॉक्सेस, टेबले आणि कधीकाळी टेबलटेबलावर शोभा देणारे खास क्रिस्टलचे लहानखुरे फ्लॉवर पॉट्स.

अँड हाव डिड थिस ह्यापन ? मी बार टेंडर बॉबला विचारले लेट नाईट सम्वन स्क्रूड द वायरिंग विथ बॅड इंटेंशन इट कॉस्ट क्रिस्टल हर लाईफ जॅकी इज अल्मोस्ट डेड!

आजही कुठल्या बीचवरच्या रेस्टोबारमध्ये गेल्यावर क्रिस्टल डोळ्यासमोर येते, अगदी क्रिस्टल क्लिअर!!

■■■

वाचलेली माणसं

१५. माखन प्रसाद

माखन प्रसाद त्याचे नाव देवनागरीत लिहू शकत नव्हता. त्यामुळे तो MAKAN PERSAUD असेच लिहायचा.त्याचे बहुतेक खापर पणजोबा बिहार किंवा उत्तर प्रदेशातून उसाच्या लागवडीसाठी मजूर म्हणून वेस्ट इंडिजला आणले गेले होते. सफाईदार इंग्लिश, बऱ्यापैकी पोर्तुगीज याप‌लीकडे त्याला दुसरी भाषा अवगत नसावी.

जॅक ऑफ ऑल ट्रेंड्स अँड मास्टर ऑफ एकतरी असा हा नमुना. जन्मतः मिळालेले तोकडे हात त्याने अचाट बुद्धीने मोठे केले होते. प्रथमदर्शनी मला त्याचे वेगळेपण हे जाणवले कि त्याच्या सेफ्टी हेल्मेटवर समोरच स्वस्तिक रंगवले होते आणि त्याबाजूला ओम.

मॅक्स लंबर या महादेव प्रसादच्या बांधकाम कंपनीत माखन काम करीत असे. दशावतार नाटकमंडळीत भीमापासून द्रौपदीपर्यंत सर्व भूमिका पाठांतरासहित उत्तम वठवणाऱ्या अभिनेत्याचे कौशल्य त्याच्या अंगी होते. कधी तो कार्पेन्टर म्हणून काम करताना दिसे, कधी मेसनसोबत बांधकामात असे तर कधी आणखी काही.

एखाद्या स्लॅबचे काँक्रीट होत असताना हा बऱ्याचदा गायब व्हायचा कामाच्या ओघात मीही विसरून जायचो.

एकदा स्लॅब झाल्यावर आम्ही खाली उतरत असताना हा पोर्टेबल प्रेशर वॉशरचा पाईप जोडताना दिसला.

हाय, माकन, व्हॉट आर यु डुईंग विथ द वॉशर ? मिस्टर सातम आय एम क्लिनिंग अप ऑल थेम सिमेंट.

दुसऱ्या दिवशी सकाळी मी साईटवर आलो तेव्हा कालच्या स्लॅबच्या खालचा मजला मांडी घालून जेवायला बसण्याइतका स्वच्छ केलेला दिसला. म्हणजे पडलेल्या वाया जाणाऱ्या सिमेंट ओघळ आणि सेट काँक्रीटला वेळच्या वेळी धुवून काढले कि नंतरचा ब्रेकर चालवण्याचा त्रास वाचला.

साईटवरचे पाण्याचे पाईप्स बऱ्याचदा कामानुसार बदलावे लागत. माकन अशा वेळी मागच्या खिशात जॉईंटिंग सोलुशन,हातात पाइपचा तुकडा, कानाला लावलेली पेन्सिल किंवा मार्कर. आणि दुसऱ्या हातात हॅक सॉ असा अवतरत असे आणि काही मिनिटातच पाईपलाईन बदललेल्या मार्गनि सुरु होत असे.

एक साधा वर्कर आहे म्हणून मागे राहणे त्याच्या स्वभावात नव्हते. स्टेडियमचे काम जवळ जवळ पूर्ण होत आले असताना माझ्या स्टँडच्या शेवटच्या काँक्रीटवेळी आमच्या कन्स्ट्रक्शन कंपनीचे सर्वात मोठे साहेब मद्रासहून खास आले होते. (अर्थात त्यांच्या विझिटच्या मुहूर्तावर काँक्रीट बेतले हि वेगळी गोष्ट)

तर साहेब आले, त्यांच्यासोबत सेफ्टी ऑफिसर, प्रोजेक्ट मॅनेजर, इतर सिनिअर्स आणि मी असा चमू खास सजवलेल्या स्कॅफोल्डिंग कडे येत होतो.

अचानक एका खांबाआडून टुन्नदिशी उडी मारत माखन समोर आला. कुणाला काही कळायच्या आत त्याने मोठ्या साहेबांपुढे हात करून गुड

मॉर्निंग सर, वेलकम 2 बार्बेडोस. माय नेम इज माकन. व्हॉट इज युर नेम ? अशी ओळख करून घेतली. या हल्ल्यासाठी तयारी नसल्याने साहेबही गोंधळून ओह आय एम S.वेंकटाचारी म्हणत हात मिळवते झाले!

रंगपंचमीला आम्हाला मॉक्स ने खास आमंत्रण दिले होते. यु ऑल मस्ट कम फॉर फागवा सेलिब्रेशन.

ठरल्याप्रमाणे आम्ही मॉक्सच्या घरी गेलो. तिथे सर्व स्थानिक गायनीज हिंदू समाज एकवटला होता. गुलाल वेळेवर न आल्याने टाल्कम पावडरने चेहरे आणि केस भरलेले आमचे नेहमीचे सुतार, गवंडी आणि प्लम्बर वगैरे आज ओळखू येत नव्हते. त्रिनिदादच्या गायकांची भोजपुरी चटनी गाणी स्पीकरवर बोंबलत होती. भिरभरत्या नजरेने मी माकन कुठे आहे ते पाहत असतानाच पावडरचा डबा घेऊन स्वारी पुढ्यात आली. आम्हाला पावडर लावून बँक बियरची छोटी बाटली पुढे करीत माकनने हॅप्पी फागवा केले. नंतरचा तासभर जो काही माहोल होता त्यात माखन च्या ढोलक वाजवण्याने खरोखरच एखाद्या भोजपुरी फिल्म शूटवर आल्याचा आनंद मिळाला.

मी भारतात रजेवर येताना कुणी कुणी काही आणायला सांगितले. त्यात गीतेच्या इंग्लिश प्रतिपासून ते तांत्रिक designच्या टी शर्टपर्यंत बऱ्याच गोष्टी होत्या. माखन तब्येत बरी नसल्याने साईटवर दोन दिवस आला नव्हता. मी जाण्याच्या दिवशी सकाळी त्याची भेट झाली. मिस्टर सातम, कॅन you प्लिज गेट मी अ सारी फॉर माय वाइफ? वि डोन्ट गेट डेम इंडियन लाईक सारीज फ्रॉम गयाना हिअर.

सातासमुद्रापल्याड,पाचव्या पिढीतला मूळ भारतवासी पुन्हा इथल्या संस्कृतीशी ऋणानुबंध जोडू पाहत होता.

■■■

१६. पारशी तिथे सरशी

माझ्या सुदैवाने माझा जन्म झाला ती जागा म्हणजे वाडिया स्ट्रीट,ताडदेव हा तद्दन पारशी लोकॅलिटीचा भाग पण चार वर्षांचा असताना विलेपार्ल्याला स्थलांतर केल्यापासुन अगदी औषधालाही पारशी न सापडले नाहीत. ती कसर भरून काढली मला आयुष्याच्या विविध टप्प्यांवर भेटलेल्या पारसी बावांनी !

रे रोडला ब्रिटानिया बिस्कीट फॅक्टरीत बाबांचा हात धरून ख्रिसमसला जाताना,हारबर ट्रेनच्या प्रवासाइतकेच कुतूहल असे ते दरवर्षी उत्साहाने सान्ताक्लॉस बनलेल्या डॉ गमाडियांचे. म्हणायला ते कंपनीत डॉक्टर होते, पण एकदा का तो खास लालेलाल झगा चढवला आणि एरवीच्या तुळतुळीत गालावर पांढरी शुभ्र दाढी चिकटवली कि ते खरोखरीचे संताबाबा होऊन जात.पुढे कळायला लागेपर्यंत सांताक्लॉजला चष्मा असतो असाच माझा समज होता. जात्या वर्षागणिक डॉ गमाडियांचा संता थोडा स्थूल आणि जरासा झुकलेला दिसू लागला होता पण उत्साहात तसूभरही कमीपणाचा शिरकाव नव्हता. सगळ्या मुलांबरोबर शेकहॅण्ड करीत,मधेच

पॅकिंगवाल्या कुण्या सॉन्ड्रा फ्रॉम बांद्रा ला डोळा मारत हलकेच गालावर किस करणे असा हा संता !

Rohinton उर्फ रॉनी देवळालीवाला हा नुसत्या नावाचाच नव्हे तर कर्मभूमीनेही देवळालीचाच. एका जवळच्या कॉन्टॅक्ट श्रू बाबा त्यांच्या 1 लाख पक्षी असलेल्या पोल्ट्री फार्मवर जातात काय, आम्ही दादरहून त्यांना मॅन्युअर कन्वेयर बनवून इंस्टाल करून देतो काय आणि त्यानंतर बाबांना फार्मवरच राहण्याचा विनंतीवजा आग्रह होतो हे सारे एखाद्या तीन तासाच्या स्टोरीसारखे दोनेक वर्षात झाले होते. त्यानिमित्ताने माझ्याही पोल्ट्रीशी आणि पारशी शिस्तीशीसुद्धा परिचय झाला. उंचापुरा, रशियन धाटणीचा गोरापान रॉनी दिवसभर पोल्ट्रीतल्या तिन्ही शेड्सवर लक्ष देत फिरत असे आणि शिवाय रात्री निवांत बसून अकाउंट्स आणि इतर पोल्ट्रीसंबंधी वाचन करीत असे. (तेव्हा कॉम्प्युटर इतका बोकाळला नव्हता). रॉनी रोटेरिअनहि होता आणि जे जे उत्तम, नवनवीन ते ते पोल्ट्रीत आणण्याच्या विचारांचा होता. मला नंतर समजले कि उमेदीच्या काळात त्याने पार्ले बिस्किटाची ड्राइव्हर कम सेल्समनची नोकरीही केली होती. एकवेळ त्याच्या कुटुंबासोबत अँबॅसिडर गाडीने मुंबईला प्रवासाचा मला योग आला. इगतपुरी येण्याआधी त्याने गाडी अलगद एका बाजूला नेऊन थांबवली आणि व्हीलगार्डचा आवाज का येतो ते चेक केले. सर्व ठीक होते, फक्त गाडीतल्या रिकाम्या, पाण्याने भरलेल्या बाटल्या (स्कॉचच्या, चौकोनी) आपटून एक वेगळा आवाज येत होता आणि ते याच्या कानांनी आतल्या मुलांच्या आरड्याओरड्यात बरोबर ऐकले होते! सफाईदार इंग्लिश बोलणे आणि ड्राफ्टींगचा एक आदर्श होता रॉनी.

मलबार हिल टनेलचे हँगिंग गार्डेनचे टोक मी पाहत होतो. तिथे तर आमची चौकी पारशी टॉवर ऑफ सायलेन्स आधीच्या आंबावाडीत होती. अर्थात एका ठराविक सीमेपलिकडे माझ्यासारख्या नॉन पारशी इसमाला प्रवेश करणे मुश्किलही नाही नामूमकिन होते. समाजातल्या तळागाळाच्या

(पारशी स्टँडडइर्सप्रमाणे !)लोकांची कशी काळजी घेतली जाते त्याचे मूर्त स्वरूप देखण्या क्वार्टर्स आणि अरटीआय मधून येणारे खाण्याचे डबे यांनी दिसत होते.

अंधेरी स्पोर्ट्स कॉम्प्लेक्सच्या प्रकल्पावर असताना, स्लिप फॉर्म सिस्टीमने वॉटर टॉवर शाफ्टच्या कामाच्या फोटोशूटसाठी हेड ऑफिसातून फली गोदरेज हा फोटोग्राफर आलेला. तर समोरच्या स्पोर्ट्स ट्रेनिंग सेन्टरच्या गच्चीतून फोटो घेताना मला नुसते रँडम फ्लॅशेस पाडायला लावून त्याने सुंदर फोटो घेतले होते. वर ''डीस वूड नॉट बी पॉसिबल अधरवाईस, टूम अच्छा सपोर्ट डिया डिअर '' अशी पावती द्यायला विसरला नाही. या एका डिअर शब्दाने अस्सल बावाजी कुणालाही आपलंसं करतात.

सर रतन टाटांबरोबर मी ज्या दिवशी हस्तांदोलन केले त्या दिवशी काही वेगळ्याच मनोवस्थेत होतो. त्यांच्या कुलाब्याच्या घराचे काम आम्ही करत होतो आणि स्वतः जाणकार आर्किटेक्ट असलेल्या टाटासाहेबांची साईट विझिट होती. कन्स्ट्रक्शन साईट असली तरी कुठेही गुटखा वगैरे पाकिटे दिसणार नाहीत याची डोळ्यात तेल घालून काळजी घेतली गेली होती. घरातून स्वतः गाडी चालवत ते आले, न कुणी अंगरक्षक ना आणि कुणी. हां, त्यांचा आवडता लाब्राडोर मात्र मोकळेपणी फिरत होता. बेसमेंटमध्ये जाऊन भिंतीचे फिनिश हात लावून पाहिले आणि काम छान झाले आहे असा अभिप्राय दिला. त्यांना नन्तर आम्ही घरी कोणते स्विच लावायचे ते निवडायला सॅम्पल्स दाखवली. इतक्या मोठ्या माणसाने सोन्याचे स्विच मागितले असते तरी ते आणणे अशक्य नव्हते. पण टाटांची फक्त इतकीच मागणी होती कि स्विच वापरताना जास्त आवाज व्हायला नको आणि रिप्लेसमेंट लगेच मिळाली पाहिजे.

डॉ झुबीन मरोलीया या जादुई होमीओपॅथची माझी भेट झाली नसती जर बाबांना कर्करोगाने ग्रासले नसते. दादरला ब्रॉडवेजवळच्या त्यांच्या क्लिनिकची पहिली वारी आठवते. फाईल पाहून झाल्यावर ते मला म्हणाले

कि तुम्ही माझ्याकडे खूप उशिरा आलात, पण तरीही यांचा सुखांत होईल हि मी खात्री देतो. संपूर्ण चौकशी करताना त्यांनी बाबाना असे भलभलते प्रश्न विचारले कि बाहेर आल्यावर बाबा मला म्हणाले, कुठल्या वेड्या पारशाकडे घेऊन आलास मला? खरोखरच पोटाच्या कर्करोगाच्या विषयात डॉक्टर मरोलीया वेड्यासारखे संशोधन करीत होते. उमद्या वयात स्वित्झरलँडला होमॅपॅथीमधल्या या आजारासंबंधी उपाय योजनेत प्राविण्य मिळवूनही ते असमाधानी होते. पुढे सतत बदलली जाणारी औषधे, व्यवस्थित फ़ॉलो अप वगैरेतून ते मला आणखी नीट उलगडत गेले. बरोबर पाच महिने आधी त्यांनी मला सांगितले, विकास यु हॅव फाईव्ह मन्थस at हॅन्ड. टेक डॅडी टू हिज फेव्हरेबल प्लेसिस, मीट फ्रेंड्स. हि कॅन स्लोली वाईंड अप! मी हादरलोच होतो. डॉक, धिस साउंड्स लाईक गेटिंग ट्रान्सफरड तू अनादर साईट! त्यांनी फक्त मानेने होकार दिला होता.

दिवसागणिक बदलत जाणाऱ्या गोळ्यांबरोबर वाढणाऱ्या वेदना मी फक्त बघूच शकत होतो. एक अनामिक मारेकरी दाराबाहेर उभा आहे आणि तो कधीही दार न वाजवता आत शिरेल अशा दडपणाखाली मी वावरत होतो. ज्या दिवशी बाबा गेले तेव्हा मी फोन केल्यावर डॉक्टर घरी आले,पाहिले,, मला डेथ सर्टिफिकेट न्यायला घरी येऊन जा पण एकट्याने नको असे सांगितले, जाता जाता दुःखाने सारख्या कोसळणाऱ्या माझ्या बहिणीसाठी गोळ्या लिहून द्यायला विसरले नाहीत.

कट २- अंधेरी स्टेशनसमोरच्या पारशी कॉलनीत मी मेहुण्यांसोबत गेलो. सर्टिफिकेट लिहीत असताना एका जागी अगदी अविचलपणे मला विचारले, हि वॉज मॅरीड नो? मला त्या स्थितीतही हसू आल्याशिवाय राहवले नाही. "येस ऑफकोर्स डॉक्टर." "ओह, आय वॉज जस्ट फीलिन्ग अ डिटेल इन द फॉर्म !"

झरीन दारूवाला असो, हल्ली सिनेमा आलेले सॅम माणेकशा असो वा आणि कुठलेही क्षेत्र असो, पूर्णपणे झोकून देऊन पुढे येणारा हा समाज.

कमालीच्या बंधनात नाती केल्याने कदाचित आता एकूण लोकसंख्येच्या प्रमाणात घटत चाललेला. तरी धर्म रस्त्यावर न आणणारा, शपथपूर्वक कुठेही पारशी भिकारी दिसणार नाही याची खबरदारी घेणारा. आजही धोबी तलाव परिसरात जाणे झाले तर मी प्रिन्सेस स्ट्रीट अग्यारीभोवती थोडा रेंगाळतो. सासनीयन कडे ब्रून मस्का किंवा धानसाक खात, आसपासच्या खुर्च्या न्याहाळतो. एखादा ओळखीचा पारशी बावा दिसतो का ते पाहत !

■■■

१७. अनस्किल लेबर

साईटवरच्या माझ्या पहिल्या दिवसापासुन ते अगदी निवृत्तीच्या दिवसापर्यंत सातत्याने जे विविध रूपात दिसत आले ते हे अनस्किल लेबर.

कोणताही ठराविक हुनर नसणे पण सेतू बांधताना महत्वाचा खारीचा वाटा उचलणे हे यांचे वैशिष्ट्य, पूर्वी म्हणजे जेव्हा झारखंड हे राज्य नव्हते तेव्हा झारखंडी आदिवासी हे भारतभरच्या बांधकाम प्रकल्पांवर प्रचंड प्रमाणात कामासाठी आणले जात. तीच गत ओडिशा (तेव्हा ओरिसा) च्या उडिया लेबोरची.

रांची कामगार पुरवणारा एक मोठा सप्लायर होता. त्याचे मेट (सुपरवाईझर) हे कामगारातून पुढे आले असल्याने त्यांना सर्व कामांची बऱ्यापैकी माहिती असे.

गावच्या मुखियाला ठराविक रक्कम देऊन मग हे रांची आदिवासी दूर पल्ल्याच्या ट्रेनमधून बिहार मध्यप्रदेश गुजराथ करत मुंबईला आणले जात. यात स्त्रिया सुद्धा असायचं ज्यांना रेजा म्हटले जाई. ऐकलेल्या कथेनुसार

वाटेत बाया मुली पळवण्याचे प्रकारही नवीन नसायचे, या सर्वाला पुरून उरून जे लेबर मुंबईसारख्या शहरात पोहचत ते कामाला वाघ असत. यातील बहुतेक हे धर्मांतरित असल्याने, व्हिक्टर, जेम्स, माग्दालिन, मेरी हि नावे सहज सापडायची.

मला आठवते, सुशील हा मेट एका वेळी पन्नास कामगारांकडून काँक्रीट तेही साध्या १०/७ मिक्सरवरचे, उन्हाची पर्वा न करता व्यवस्थित पार पाडत असे. यात स्त्री कामगारांमध्ये बच्चेवाल्या म्हणजे पाठीला साडीच्या झोळीतच अंगावर पिणारे बाळ बांधून डोक्यावर टाटा घमेलेभर काँक्रिट घेऊन, तात्पुरता लाकडी पूल चढणाऱ्याहि असत. मोठी ढालाई (concrete pour) असले कि श्रमपरिहारार्थ हे सर्व लोक आदिवासी गाणी म्हणत काम करायचे. त्यांच्या चाली, शब्द विसरलो तरी अजूनही कानात आहेत. त्यातले एक गाणे पक्के हम दोनो दो प्रेमी दुनिया छोड चले या गाण्याचे मूळ असल्यासारखे उडत्या लयीचे होते!

एका विशिष्ट वनस्पतीची पाने सुकवून ती सत्तूच्या पिठात मिसळून खाण्याने याना थोडी किक बसून थकवा जाणवत नसे. अर्थात या पानांचे प्रमाण बिघडले कि हलके पॉइझन होई, मग उलटून ते मोकळे होत. यासोबतच भाताची पेज आंबवून केलेली मांड जवळजवळ प्रत्येकजण पीत असे. फक्त आणि फक्त शारीरिक मेहनत, शिक्षणाच्या नावाने बोंब त्यामुळे रात्री जेवण झाल्यावर, साईटच्या कंपौंड भिंतीवर चुन्याने रंगवलेल्या क्रुसासमोर उभे राहून प्रार्थना, मग फेर धरलेला नाच आणि त्यानंतर झोपणे. या पलीकडचे इतर मनोरंजन ठाऊक नसल्याने, चार चार वर्षे चालणाऱ्या प्रकल्पांवर मुले संख्येने आणि वयानेही वाढताना दिसायची. झारखंडची प्रगती होत गेली तसे हळूहळू यांचे प्रमाण कमी होत गेले. बांधकामक्षेत्रात वाढते यांत्रिकीकरण, रेडी मिक्स काँक्रिट उपलब्ध होणे हि सुद्धा लेबर कमी होण्याची कारणे.

  वाचलेली माणसं

उडिया लेबर मध्ये सहसा स्त्रिया नसायच्या. पण त्या पुरुष लेबोरकॅम्पात काही हा आहे पण सर्व हिची लक्षणे असेसुद्धा असत, त्यांना जाणीवपूर्वक कमी श्रमाची कामे दिली जात. यांच्या वीसपंचवीस जणांमागे एक भंडारी असे. याचे काम या सेनेला दोनवेळा भरपूर भात आणि बटाट्याची पातळ रस्साभाजी करून देणे.

भात पण मोठ्या टोपात करून तो एक गमछा टोपलीत घालून वाळवायचा, खाली उरलेली पेज रात्रभर आंबली कि मग क्वार्टरची आवश्यकता नसे. कधीमधी मासे मिळाले कि कॅम्प राईच्या तेलाची फोडणी आणि राईच्या तेलात तळलेले मासे या सुगंधात तरंगत असे ! इतर कामगार मातीकाम करताना घमेली वापरतात पण उडिया कामगार मात्र मोठ्या टोपलया ज्याला ते झोडी म्हणतात त्याच घ्यायचे. यांचे मेट्स पण मजेदार असत. 'समस्त जणा एइठी आसो' अशी आरोळी दिली कि अक्खा ग्रुप च्या ग्रुप त्या दिशेला धावायचा. प्रधान, आचार्य,बारिक अशी आडनावे ओरिसात असतात हे मला तिथेच समजले. एका टनेल प्रोजेक्टवर काम करताना काही उडिया कामगार असे पाहिले जे दोन दोन दिवस खालीच राहायचे. शाफ्टकडून आत येणाऱ्या लोकोमधून त्यांचे जेवणाचे ताट कपड्यात बांधून येई, भात, पातळ रस्सा, संपले जेवण. मी एकाला विचारले कि तुमचे एवढ्यावर कसे भागते. तो म्हणाला, हे सर्व इथेच बघायला मिळते. गावाकडे आम्ही भात आणि एक सुकी मिरची, नसलीच तर फक्त मीठ घेतो. अर्थात आता परिस्थिती प्रचंड बदलली आहे, उदयोगधंदे वाढल्याने बरेच तरुण गावाकडेच राहत आहेत.

कुणी साहेबाने काही कामासाठी बोलावल्यावर आग्या (आज्ञा -एस सर) म्हणत हात मागे बांधून उभे राहणारा गणपती प्रधान आता छोटा लेबर कॉन्ट्रॅक्टर झालाय. माझ्या निवृत्तीच्या दिवशी माझा स्टाफ मला निरोप द्यायला गाडीजवळ आला, हात मिळवणे वगैरे सुरु होते. याने पुढे होऊन

मला माझे हेल्मेट आणि सेफ्टी जाकीट हाती दिले, कोपरापासून नमस्कार करीत म्हणाला, आग्या मुपाखी (माझ्याकडे) दुकोडी(चाळीस) लेबर आसची, कौठी काज-फाज मिलेगा तो फोन करो. त्याच्या खांद्यावरच्या घडी केलेल्या निळ्या खुर्दा लुंगीच्या टोकाने तो डोळे पुसत होता, मनापासून...

■■■

१८. माझे भूमीगत दिवस

हि गोष्ट १९८८ सालातली. बोगदा म्हणजे टनेल म्हटल्यावर मला तरी रेल्वेप्रवासातले कमी अंतराचे बोगदेच माहित होते. अशात मुंबईत आणि तेही महालक्ष्मी रेसकोर्स सारख्या जागी एक टनेल होतोय हे नवलच. बरे यासाठी पहिल्यांदाच ड्रिल ब्लास्ट पद्धतीऐवजी TBM म्हणजे टनेल बोरिंग मशीनचा वापर केला गेला होता. आम्ही हि साईट पाहायला गेलो तेव्हा जमिनीखाली पन्नास मीटर खोलीवर एक भुयार खणले जात आहे, काळ्या कातळाच्या थरात, त्या कातळाचा हिरे लावलेल्या कटिंग हेड्सनी चुरा करून तो मक (चिखल) मोनोरेलवरून वाघिणींद्वारे मागे आणला जातोय, आणि हे सर्व करणारी माणसे तिन्ही शिफ्टमध्ये अविरत काम करताहेत हे सारेच अद्भुत होते.

या प्रकल्पावर माझी ट्रान्सफर झाली तेव्हा टनेलचे खोदकाम पूर्ण झाले होते आणि आतून काँक्रीट लाइनिंग सुरु करायचे होते. घोड्याच्या नालाच्या आकाराचा बोगदा हा आपण नेहमी गाडी बोगद्यात शिरली कि पाहतो तो. हा टनेल मात्र पूर्ण गोलाकार ! मग त्याला साधारणपणे एक

फूट जाडीचे काँक्रीट आवरण द्यायचे. त्यासाठी उलट्या दिशेकडून सुरवात करत करत मागे यायचे.

प्रकल्प जरी सिविल च्या नावावर होता तरी यात मेकॅनिकल आणि इलेक्ट्रिकल सपोर्ट महत्त्वाचा. म्हणजे प्रोजेक्ट हेड सिव्हिलचे आणि मग पुढची उतरंड इतर सर्व प्रकारची. महालक्ष्मीला इनलेट शाफ्ट आणि हँगिंग गार्डेनमागे आउटलेट.

मुख्य दरवाजातून आत शिरताना बॉल पास कधी झाला इतके समजले कि पुढचे वेळेचे गणित पटकन डोक्यात येई. हो, बॉल पास म्हणजे आधीच्या शिफ्ट मध्ये झालेल्या काँक्रीट चा शेवट. काँक्रीट करणारा कृ आणायला जे लोकोमोटिव्ह आत जाई त्यातच पुढच्या कामाचे लेबर पाठवले जात,

लिफ्ट ने खाली जाताना पहिले दर्शन लिफ्ट ऑपरेटर रॉयचे. हा कायम कोणावर तर चिडलेला असायचा. लिफ्ट भरली कि एकदा दरवाजा ओढून घेऊन सुरु करणे आणि मग पुढची बेल वाजेपर्यंत इधर साला कुछ नही बदलनेवाला असा सूर लावणे हि त्याची खासियत. अर्थात हा माझ्या रात्रपाळीला आला कि मी त्याला वेळच्यावेळी चहा मिळेल याकडे लक्ष देत असे कारण हा जाग्यावर नसला कि आतले आतच. अशा वेळी बेल वाजवत राहणे, एखाद्या जाड मेटल प्लेटवर काहीतरी आपटून आवाज काढणे असे उपाय केले जात जेणेकरून वर काहीतरी आवाज पोहचेल. लिफ्टने खाली गेल्यावर सर्वप्रथम मला चष्म्यावरचे वाफेचे धुके पुसावे लागायचे. लिफ्टमधनं उतरल्यावर एका बाजूला कॅमल हंच म्हणजे अशी कुबडासारखी यंत्रणा जिच्यावर वॅगनचे चाक आले कि वॅगन तिरकी होऊन आतला मक खाली मोठ्या बकेट्मधे ओतला जायचा. समोरच डाव्या हाताला विश्वकर्मा आणि गणपतीच्या तस्विरी भिंततीवर लावलेल्या आणि त्याला ताजा हार घालणे हे शिफ्ट इंचार्जचे काम असे. शंभरेक माणसांचे मनोधैर्य शाबूत ठेवायला हि श्रद्धास्थाने नक्कीच मदत करायची.

लोकोने चार किलोमीटर गेल्यावर (हो तेवढी लांबी होती टनेलची) आपण जागेवर पोहचत असू. सुरवातीला दोन मीटर मग चार आणि शेवटी सहा मीटर पर्यंत एका वेळी काँक्रीट करण्यात आम्ही यशस्वी झालो होतो.

सर्वात आधी टीम असे ती रेल लाईन उखडणारी. रेल्वेची काहीच माहिती नसताना, एकदा मला कोणीतरी म्हणाले कि सब हो गया अभि खाली कुत्ता लानेको गया है तेव्हा मी गडबडलो, पण नंतर समजले कि तो डॉग स्पाईक विषयि बोलत होता ! हि माणसे खरोखरच रेल्वेसाठी कामाची सवय असलेली होती, फक्त इतक्या खाली काम पहिल्यांदाच करत होती. मोकळ्या केलेल्या जागेत मग पटापट चिखल तोही काँक्रीटचे पाणी जाऊन चिकट झालेला तो बेलच्याने उचलून जागा मोकळी करणे हे काम करायची. टनेलमध्ये उतरताना गमबूट का आवश्यक ते अशा चिखलात चालताना समजायचे. त्यात परत एकदा त्या जागी आले के आठेक तासांची निश्चिती. त्यामुळे मध्येच जर धार मारणे वगैरेसाठी दोन तीन ट्यूबलाईट सोडून मागे जायचे आणि मोकळे व्हायचे ! दोन दोन दीवस आत राहणारे कामगार मग अंघोळ सोडून सर्वच तिथे करायचे. अर्थात याला दुसरा उपाय नव्हता, सतत पम्प सुरु असल्याने खालचे पाणी वर जाणे यात सर्व काही स्वच्छ होत असे. बेलच्याने मक काढल्यावर पाण्याच्या होजने रॉकचा पृष्ठभाग चकाचक साफ केला जाई, त्यापुढे मग स्टील बांधायला रॉक अँकर करणारे आणि त्यावर वेल्डिंग करून सुरक्शित करणारे. जरी टनेलमध्ये येणारी वीज हि ११० वोल्ट ची केलेली असे तरी एखाद्याला काही टोचले आणि त्याने करंट आया म्हणून ओरडाआरडा केला हा प्रकार नवीन लेबरच्या बाबतीत नेहमीचाच. मग अश्या माणसाला आउटलेट शाफ्टमधून बाहेर नेऊन समोरच्या दूध लस्सीवाल्याकडे ग्लासभर गरम दूध दिले कि त्याची थरथर कमी होई.

जवळजवळ अडीच मीटर व्यासाच्या काँक्रिटलायनिंगसाठी हेवी मेटल शटर लावावे लागे. त्यातसुद्धा इन्व्हर्ट आणि ओव्हर्ट असे भाग

झडपेसारखे आत उघडणारे. त्यावरच्या जागेत सहा इंचाचा पाईप घालून त्यातुन काँक्रीट ओतायचे, ते वर्तुळाच्या दोन्ही अंगाना सारखे टाकत राहायचे आणि शिवाय त्याला कंपन करण्यासाठी पोकर व्हायब्रेटर खास प्रकारे केलेल्या खिडक्यांतून आत घुसवायचे. याने फक्त इन्वर्टचे काँक्रिट अच्छिद्र म्हणजे नॉन पोरस होण्याची

खात्री असे. बाकीच्या मुख्य ओव्हर्ट भागासाठी मग वेकरची फॉर्म वैब्रेशन सिस्टीम वापरली जाई. टनेलफॉर्मच्या मध्यावर मुख्य कॉन्ट्रोल युनिट. त्यातुन दोन्ही बाजूला चार चार फॉर्म व्हायब्रेटर लावलेले. आपल्याला पाहिजे त्या लेवल ला काँक्रीट पोहचले कि त्या जागचा व्हायब्रेटर सुरु करायचा. हे सर्व होताना प्रचंड आवाज व्हायचा, मग मी पॉकिट डायरीच्या पानावर ''अब बंद करो '' लिहून तेवढे पान हॉकीच्या कार्ड सारखे ऑपरेटरला दाखवत असे !

इतक्या मोठ्या खास काँक्रीटसाठी पंचवीस एमएमच्या अर्धवर्तुळाकार आणि त्यांना बाईंडर (सखाराम नव्हे!) म्हणून सोळाचे सरळ बार असा सोपा स्टीलचा कारभार. गोलाकार स्टील वरूनच बेंड करून येई. शाफ्टच्या तळाशी उभ्या रिमिक्सर कार मध्ये पडलेले काँक्रीट हे ओतण्याच्या जागी येईपर्यंत पातळ रहावे यासाठी त्यात केमीकलचे डोसिंग होत असे काँक्रिट पूर्ण झाल्यावर पाईप मागे घेत प्रेशरने स्पंजचा बॉल पास केला कि तो पाईपलाईन साफ करत करत तोफेचा गोळ्यासारखा आवाज देत शटरच्या बाहेर पडे. पुढचे काँक्रीट करण्याआधी अगोदरचे शटर मोकळे करणे आणि ते रेलवरून खेचत नव्या जागी आणणे हे काम तगड्या जाट खलाशांचे एकदा शटर काढले कि काँक्रीटचा पृष्ठभाग व्यवस्थित आहे हे नक्की करून, थोडेफार फिनिशिंग असेल ते मेसनकरून पूर्ण करणे इतके झाले कि एक पोअरिंग संपले

या कामात शिफ्ट इन चार्ज ला सर्व व्यवस्था करणे, वेळच्यावेळी क्लायंटकरून चेकिंग करून घेणे, त्याचे डोक्यूमेंटिंग आणि शिफ्ट

 वाचलेली माणसं

संपण्याआधी पुढल्या शिफ्टसाठी रोपोर्ट लिहिणे हे सगळे करावे लागे. शिफ्टमुळे होणारे झोपेचे खोबरे, पोटोबाची गडबड या साऱ्याची हळूहळू सवय व्हायची. टनेलच्या लिफ्टने जाताना मला एक फायदा व्हायचा, चष्मा लावलेला तो साहेब या अलिखित नियमामुळे आजूबाजूचे वर्कर जरा सावरून उभे राहत ! उभे राहण्यावरना आठवले, एकदा का खाली गेले कि बसायला जागा नसायची. मग एकतर सतत उभे राहणे, दमल्यावर तशरीफ वर्तुळाकार भिंतीला टेकणे किंवा काही कामासाठी LOCO मागवल्यावर वरती जाऊन येणे. नाईटशिफ्टला जरा बसून रेस्ट करावी म्हटले कि रेसकोर्सच्या गवतावर वाढलेले आणि घोडयाना चावता न आल्याने (तिथे स्ट्राँग औषध मारले जात असे) चिडलेले मच्छर आमच्यावर तुटून पडायचे !

टनेलमध्ये चहा घेऊन येण्याचे काम फक्त आणि फक्त लच्छुलाच जमे. फुल्ल शर्ट बाही कोपरापर्यंत दुमडलेला लच्छु साठ कपांचा स्टील थर्मोस (नळवाले पिंप) घेऊन लिफ्टमनपासून सुरवात करायचा तो अखेरीस आम्हा इंजिनियर साहेब लोकांकरिता खास चहा राखून ठेवत सर्वांचे समाधान करत यायचा! हा झारखंडी लेबर त्याच्या सुदैवाने मेकॅनिक सेक्शनला गेला. इतरांना एक घोटाचे कप असले तरी आमच्यासाठी खास जाड काचेचे बिन कानाचे मग्स जे खरे तर

लाईटचे होल्डर असायचे ते ठेवलेले असत. काँक्रीट सुरु असताना जेवणासाठी वर जाणे शक्य नसे अशा वेळी जे खाणे वरून पाठवले जाई ते चारी बाजूला चिखल असलेल्या अवस्थेत हातातलया पिशवीतुन हळू हळू खाण्याची कला टनेलनेच शिकवली!

वरचे जग वेगळे आणि टनेलमधले वेगळे. खाली कामाप्रमाणे जरी लेबर साहेब असा भेद असला, तरी लिफ्ट दोघांसाठी एकच. एकदा असाही प्रसंग आला कि काही केल्या लिफ्ट खाली येईना. टनेलमध्ये वॉकीटोकी चालत नाही, खाणीसारखा एकतरफी बोलणारा फोनही खराब

होता, काम संपलेले लोक वर जायला अधीर होते. मग निर्णय घेतला गेला कि सामान घेऊन जाणाऱ्या ट्रॉलीतून (ओएचटी- ओव्हरहेड ट्रॅक्शन) मी आणि आणखी दोन तीन लोक वर जाऊ आणि लिफ्ट पाठवू. पन्नास मीटर खोलीतून हळूहळू वर येऊन ट्रॉली वरच्या तुळईवरून सरकत जमिनीवर उतरली आणि डोक्यावरचा हुक अलगद निसटला! बापरे, हे मधेच कुठेतरी होते तर आज हे लिहायला मी शिल्लक नसतो, पण आयुष्याची दोरी बळकट म्हणजे काय ते तेव्हा समजले. अर्थात लिफ्ट ऑपरेटरला झाडणे, सिस्टीम मधल्या त्रुटी काढणे इत्यादी सोपस्कर यथासांग पार पडले आणि बाकीच्यांसाठी लिफ्ट रवाना झाली.

 हा टनेल दक्षिण मुंबईच्या पाणी पुरवठ्यात वाढ करण्याच्या योजनेपैकी पहिला होता आणि साहजिकच एकदा वर्ल्ड बँकांच्या पथकाची विझिट होती. आधल्या रात्री मी शिफ्टला होतो. पूर्ण झालेल्या काँक्रीटमधल्या एकदोन जागा जरा रफ होत्या आणि फिनिशिंग बाकी होते. साईटवर राहण्याच्या पोर्टेकेबिनटाईप बॅरॅकमध्ये असिस्टंट प्रोजेक्ट मॅनेजर अंकलीकर साहेब होते. वि शेप बॉडी बिल्ड, ताठ उभे राहणे अशाने हा माणूस प्रथमदर्शनी एक्स आर्मीवालाच वाटायचा

तर ते खाली आले होते. मला विचारले या जागी फिनिश कसे होणार ? 'मेसन तो नाही दिखता. मी म्हटले सर मी वर जाऊन कॉलनीतून उठवून आणतो.

यावर त्यांनी सिम्पल तोडगा काढला. तुझे दोन लेबर आहेत ना, मटेरियल मागव, मिक्स बनव. हम दोनो फिनिश करेंगे फटाफट ! सकाळच्या विझिटवेळी

"ओह योर खान्क्रीट फिनिश इज नाईस" हि पोचपावती मिळाली आणि साहबांनी माझ्यापर्यंत पोचवली सुद्धा!

सुरक्षितेच्या खबरदारीमध्ये इलेक्ट्रीकल इंजिनियर पांडे साहबांचा मोठा हात होता. खिशाला टेस्टर लावलेला इलेक्ट्रिशिअन त्यांच्यासमोर

कधीच टिकत नसे.

चेकिंगसाठी नेहमी टेस्ट लॅम्प वापरायचा हि त्यांची ताकीद होती.

आमचे स्टोर इंचार्ज गटगटे पण एक वल्ली होते. क्लीन शेवड गोरापान चेहरा, त्यावर पिकल्या भुवयांखाली नेहमी बालसुलभ कुतूहलाने विस्फारलेले डोळे

आणि तोंडात अर्धे पान. ते साईटवरच्या कॉलनीत राहत आणि सकाळच्या नॉर्मल शिफ्टवेळी बरोबर आठला शाफ्टकडे चक्कर मारीत. मी एकदा विचारले साहेब, तुम्ही असे लवकर का येता हो? त्यांचे उत्तर मार्मिक होते, टु सी अँड टु बी सीन (म्हणजे मोठे साहेब आले का ते पाहणे आणि त्यांना गुड मॉर्निंग केले कि त्यांनी आपल्याला पहिले असे हि झाले, मग आपण आपल्यासाठी मोकळे!)

यांचा स्टोर असिस्टंट शशिकांत अगदी डिसीप्लिन्ड, एकदा मी रात्री दोन वाजता स्टोरमध्ये काही कामासाठी आलो. हा टेबलवर टिफ़ीनबॉक्स उघडण्याच्या बेतात. या सर, काही खाणारः चपाती आणि भुर्जी आहे मी म्हटले, आत्ता, दोन वाजता? हो, मी सवय लावून घेतली आहे जी शिफ्ट असेल त्याच्या अध्या वेळेत अध्या तासात डबा खाऊन जरा रेस्ट करायची ! मी उडालोच. माझी त्यावेळची आहारातली शिस्त इतकीच कि, नाईटला घर सोडताना टिव्ही वर

अशोक कुमारवाली हम लोग सिरीयल बघायची पण झोप येऊ नये यासाठी भात खायचा नाही !

हा मटेबो (हे त्याचे सरकारी संक्षिप्त रूप- मलबार टेकडी बोगदा!) आउटलेट शाफ्टपुढे पाईपलाईन ने प्रस्तावित जलाशयाला जोडण्याचे काम मला सोपवण्यात आले, ती जागा पूर्ण पारशी पंचायत च्या आंबेवाडीतली. त्यांच्या ट्रस्टच्या दृष्टीने गरीब असलेले पारशी तिथे राहत. ताडदेवला जन्म होऊनहि पार्लेकर झाल्यानंतर इतके पारशी मला तिथे पुन्हा पाहता आले.

टनेलच्या वर्षभराच्या काळात मला कामामधले तर शिकता आलेच,

त्याचबरोबर टीम वर्क कसे करावे, शारीरिक सक्षम कसे राहावे हे सारेच नीट पाहता आले. अठावीसाव्या वर्षी मी टनेलसाईटला असतानाच एक होतकरू लग्नाळू तरुणही होतो. मुलाला कामाच्या जागी भेटायला उस्सुक असलेल्या मुलीच्या टिपिकल मामा काका यांच्यासाठी मी घरी सांगितले होते कि मला हे चालणार नाही. नेमके असे कुणी आले तर त्याचवेळी मी महिनाभर न धुतलेल्या जीन्समध्ये चिखल लागलेलले गमबूट घालून बसलेला असेन, माझ्या बाजूचा एखादा चेनस्मोकर असेल किंवा एखाद्याचे डबल शिफ्ट केल्याने लालबुंद डोळे असतील आणि या सर्वावरून तो जो कुणी सद्गृहस्थ आला असेल तो भावी जावयाबद्दल गैरसमज करून घेईल!! माझ्या सुदैवाने असे काही झाले नाही.

काही दिवसांपूर्वी इ मोझेस रोड वरून जाताना हुसेनच्या घोड्यांच्या म्युरल केलेल्या भिंतीपाशी गाडी थांबली. इथेच आमच्या इनलेट शाफ्ट साईटचे मेन गेट होते. टनेलचे भूमिगत दिवस डोळ्यापुढे आले.

■■■

१९. गिरिश्चंद्र रामटेके

जीसिआर हि असामी खरोखरच नावापुरती मराठी होती. जन्म ग्वाल्हेरचा, शिक्षण दिल्लीला आणि नोकरीचा बराच काळ सुदूर नेफा विभागात घालवलेला. त्यामुळे त्यांच्याशी संवाद बहुतेकवेळा राष्ट्रभाषेत किंवा हिंदीचा उलट पदर घेतलेल्या मराठीत होत.

धिप्पाड, सहाफूट उंची, वि शेपची बॉडी, केसाचा कट आर्मी स्टाईल आणि मिशीसुद्धा रुबाबदार. म्हणजे बघताक्षणी कुणी रिटायर्ड आर्मी ऑफिसरच वाटावा.

टनेलच्या कामाचा दांडगा अनुभव असल्याने त्यांना मुंबईला पाठवले होते. चार इतर साहेबांप्रमाणे फ्लॅट बीटच्या भानगडीत न पडता त्यांनी साईटवर, स्टाफ कॉलनीमध्ये राहणे पसंद केले होते. सोबत सौ रामटेके आणि दोन पाठोपाठच्या लहानग्या मुली.

कामाच्या बाबतीत वाघ असलेले रामटेके साहेब आपल्या सबॉर्डिनेटसाठी मात्र कुटुंबप्रमुखासारखे. पण त्यातही वडिलांच्या शिस्तीला आईची माया जरा ओव्हरटेक करीत असे.

टनेलच्या चोवीसतास कामाच्या संकेतात काँक्रीट होऊन बॉल पास केला ती वेळ महत्वाची असे. याच वेळेपासून पुढचे सायकल सुरु होई. साहजिकच शिफ्टला आल्यावर आधी गेटवरतीच बॉल कभी पास हुआ असे कुणाला तरी विचारले कि मग पुढची गणिते डोक्यात बसत. कधीकधी मात्र काही कारणास्तव पाईपलाईन चोक झाली कि सगळे काम बोंबलायचे. म्हणजे चोक झालेले पाईप वर आणणे, ठोकून ठोकून काँक्रीटचा मलबा बाहेर काढणे हे सर्व वर सर्फेसला होत असे. एकदा असाच मी रात्रीच्या शिफ्टला आलो. गेटवर सामसूम आणि पुढे टनेलमध्ये उतरायच्या शाफ्टबाहेर पाईप ठोकाठोक सुरु होती. बापरे, म्हणजे आता रात्र प्रचंड बोरिंग जाणार. बरे साईट ऑफिसात झोपणे सुद्धा शक्य नव्हते कारण कसल्यातरी स्ट्रॉंग फवारणीला घाबरून रेसकोर्स च्या हिरवळीवरून पलायन केलेले मोठे मच्छर आपला सगळा राग मग आमच्या स्टाफवर काढीत आणि कुणीही झोपणार नाही याची खबरदारी घेत. थोडावेळ विचार करून मी सरामटेके साहेबांच्या रूमवर गेलो.

अरे ये ये, क्या हाल देखा ना पाईपलाईनका ?

होय सर, आता आणखी दुसरे काही काम आहे काय तेच विचारायला आलो होतो.

काम? पागल हो गये हो क्या? यार, ते पाईप ठोकायचे काम खलाशी करतील आणि तुझा मेट (सुपरवायझर) बघून घेईलाय. और कुछ करने जैसा है भी नाही.

सरळ घरी चालला जा !

पण सर, सकाळी रिपोर्ट...

अरे यार हम किसलीये रहते है साईटपर? तू काही ड्रिंक घेणार का?

नको नको, सरळ घरीच जातो

येस, गाडी मिलेगी ना ग्यारह बजे है! मुझे मुंबई के लोकल का कुछ मालूम नही

नो इशू सर, एक बजेतक लोकल चालतात!!

त्या रात्री हा माणूस निदान तीन वेळा तर स्वतःची झोपमोड करून काम सुरु आहे का पाहायला गेला होता हे मला नंतर माझ्या सूत्रांकडून समजले.

रामटेके साहेब आर्मीमिन वाटण्याचे आणखी एक कारण म्हणजे त्यांचा आवडता ब्रँड- ओल्ड मंक ! या पुराना महंताचे काही ग्लास झाल्यावर त्यांच्यातला हेड ऑफ बटालियन जागृत होत असे. एकदा काहीतरी निमित्ताने कंपनीने चक्क ताजमध्ये पार्टीचे आयोजन केले होते. अर्थात आम्ही त्यातल्या त्यात ताजला जवळचे म्हणून आम्हाला आमंत्रण होते तसेच शेजारच्या राज्यातल्या सुक्या साईटवरचे काही इंजिनियर ही संधी साधून गळा ओला करायला आले होते. ''

सगळ काही छान चालले असताना, कुठेतरी कुणीतरी कुजबुजले कि अरे वो टनेल साईटका स्टाफ उसको ज्यादा हो गया. सांगणाऱ्याने काही चुकीचे नव्हते सांगितले, कारण ज्याच्याबद्दल बोलले गेले तो खरोखरीचा स्पॉंज शरीराचा होता, कितीही प्यायले तरी आणखी पिऊ शकणारा ! पण केवळ आपल्या साईटचा उल्लेख झाला म्हणून रामटेके एकदम भडकले. त्यांना आवरता आवरता मला आणि उंचीच्या प्रमाणात रुंदी जवळ जवळ नसलेले आमचे स्टोर इन चार्ज गलगले दोघांची हालत झाली होती. साहेबांचे पानसुद्धा जबरदस्त लवन्गछाप ! जसे काही झंझिबारहून खास मागवले आहे.

मुलींच्या हट्टासाठी त्यांनी रूमवर दीड दिवसाचा गणपतीही बसवला होता. त्याबद्दल विचारता ते म्हणाले कि अरे काम के चलते भारत यात्रा करते करते भूलहि गये कि हमारे दादा परदादा गणेशजी को लाते थे, भले देढ दिन का मेहमान समझकर ! अच्छा हुआ अब बेटीयोने जिद कि इसलिये ले आये.

इतका धट्टाकट्टा माणूस आजारी पडून रजा घेऊ शकतो हे कुणीही

मानणारे नव्हते. पण दुसऱ्याच दिवशी ते साईट ऑफिस मध्ये आले. मी काळजीने विचारले कि काय झाले होते. हसत हसत त्यांनी कारण सांगितले. ते ऐकून खरोखर उडालोच मी. या सद्गृहस्थाने ऑपरेशन करून घेतले होते आणि त्यानंतरची रेस्ट घेण्यासाठी ते काल आले नव्हते. मुलगा होईल म्हणून चान्स घेतच राहणारे डझनभर तरी चेहरे डोळ्यांसमोर तरळले. आणि हा गृहस्थ. दोन लहान मुली असताना कुटुंबनियोजन करायला निघाला होता.

टनेलमध्ये जाणाऱ्या लिफ्टला एका वेळी वीसेक माणसे नेण्याची परवानगी होती. परंतु काँक्रीट झाले रे झाले कि खालच्या लोकांना कधी एकदा वर मोकळा श्वास घेतोय असे होई आणि मग तोबा गर्दी होई. बरे सगळेच सारखेच चिखलमय झाल्याने कोण कुठला हे चटकन समजे नसे. असेच एका काँक्रीटवेळी लिफ्टजवळ थोडी शाब्दिक मारामारी झाली आणि मग शेवट लिफ्टमधे घुसणे,समोरच्याला पूर्ण ताकदीने झोपवणे इत्यादी सुरु झाले.कुणी खलाशाने चक्क सायबालाच बाहेर काढल्यासारखे केले. तेव्हा आमचा सर्वेयर मध्ये पडलाआणि त्याने काय चूक केली आहे हे दाखवून दिले.

परवाच्या दिवशीच रेसकोर्स कडेने जाताना हुसेनचे घोडे रंगवलेल्या भिंतीकडे थोडा थबकलो. इथेच तर आमचा मेन गेट होता. वाटले आत जावे, समोरच जीसिआर साहेब उभे असतील...

■■■■

२०. गद्गडे

गदगडे हे परमेश्वराच्या निर्मितीपैकी एक अजब नमुना होते. ते मूळचे देसाई, पण कुणी पूर्वज गदग येथे सेटल झाले आणि मग हे गदगडे झाले. अर्थात हि कहाणी मला कुण्या एका सायंकाळी त्यांच्या रूमवर समजली, त्यांच्याच हातचा चहा पिताना. आमच्या टनेल प्रकल्पाचे ते भांडार अधिकारी म्हणजे स्टोर इन्चार्ज. टनेलचे काम जरी भूमिगत असले तरी त्याची सगळी दारोमदार जमिनीवरच्या स्टोरमधून मिळणाऱ्या सामानावर. साहजिकच स्टोर आणि पर्यायाने गदगड्यांची भूमिका महत्त्वाची आणि ती ते बखुबी निभावत. दोन शिफ्टमधले दोन असिस्टंट्स आणि दोन हेल्पर्स हीच त्यांची टीम.

गोरापान रंग, मुळातच कमी असलेल्या उंचीला वयामुळे आलेला किंचित बाक आणि भुवयांसकट सगळ्या केसात चांदी. कुठेही फिरताना सोबत चंची असायचीच.

फक्त ते कधी पूर्ण पान खात नसत. अर्धेच पान का यावर त्यांचे

''अक्खे पान खाललो कि भारी पडतंय हो, हिकडे मिळते म्हणून

ठीक. म्हणून मी सवयच लावलो.'' असे उत्तर असे.

कंपनीसोबत बारा गावचे उकळलेले पाणी (पक्षी: चहा) प्यायल्यामुळे ते अनुभवसमृद्ध होते आणि आपली तत्त्वे ते बऱ्याचदा माझ्याशी शेअरही करत.

तीन शिफ्टमध्ये चालणाऱ्या टनेलच्या कामाची पहिली शिफ्ट सहाला सुरु होई. रात्रीचा थर्मासमध्ये उरलेला चहा गार झाल्याने साधारण सातला कँटिनमधून चहाची पहिली राऊंड होई आणि आठच्या सुमाराला ऑफिसला खरी जाग येई. गदगडे बरोबर साडेआठला येत, ऑफिसमध्ये खुर्चीत पाय वर घेऊन बसून चहा फुरकून पित आणि जाता जाता मोठ्या सायबाच्या केबिनकडे डोकावत. हात वर करून गुड मॉर्निंग करत पुढे जात. हा प्रकार काय आहे विचारल्यावर ते

''टु सी अँड टु बी सीन'' असे सष्टीकरण देत. म्हणजे साहेब आले का ते आपल्याला समजते आणि आपण आलो हे सायबाला समजते!

वेगवेगळ्या मेकॅनिकल कामासाठी आम्हाला प्रचंड प्रमाणात गॅस सिलिंडर लागत. ऑक्सिजन आणि ॲसिटिलीनचे सिलिंडर आम्ही समोरच्याच गॅस एजन्सीकडून घ्यायचो. बऱ्याचदा रिकामे सिलिंडर्स हे खाली टनेलमध्येच राहत. दोनचार सिलिंडरपुरते ठीक होते पण ती संख्या वाढायला लागल्यावर मात्र एक दिवस नवे सिलिंडर येईनात. गदगडे माझ्यासोबत खाली आले आणि एका खलाशाला घेऊन पूर्ण चार किलोमीटर चालत, आतले बारा एम्प्टी सिलिंडर वर घेऊन आले.

''महंमद काय त्याचा बाप पण सिलिंडर रोखला नसता हो, पण मीच बोललो त्याला एक दिवस नको देऊ. नाक दाबले कि बरोबर तोंड उगडतंय बघा! आता हे बारा सिलिंडर ओततो त्याच्या दुकानात आणि करतो सप्लाय सुरु!''

त्यानंतर मात्र एकही एम्प्टी सिलिंडर टनेलमध्ये राहिला नाही.

स्टोरमधले सामान ज्यात निरनिराळे कपलिंग, पाईप्स, वेल्डिंग रॉड्स

आणि असे बरेच कॉम्पोनन्ट्स आणि भरीस भर म्हणून फावडे, घमेली वगैरे समानसुद्धा.

हे सर्व नीट रॅक्सवर ठेवण्यात त्यांचा कटाक्ष असे. एका नजरेत आपल्याला काय कमी पडतंय ते समजले पाहिजे हा त्यांचा दंडक होता.

तीच गोष्ट ब्याचिंग प्लांटच्या रेती खडी सिमेंटची. या मटेरिअल्स साठी कधी काम बंद पडले नाही. त्यांच्या सकाळच्या चहा फेरीवेळी ते प्लाण्टला एक प्रदक्षिणा घालून जात.

त्यावेळी दिल्लीवरून एक मिक्सी मिळायचा. शंभर रुपयाच्या त्या मिक्सीमध्ये गदगडे सुपारी बारीक करण्यापासून ते कधी मासे करताना लागणारे खोबरे वाटण्यापर्यंत बरीच कामे वाटून घेत. चहा गाळायची कटकट नको म्हणून ते अगदी फाईन पावडर सारखा चहा वापरत. रूमवर मला बोलावून चहाही देत.

'मी याला त्याला रूमवर घेत नसतो हो. तुमची गोष्ट वेगळी कि. माणूस एकदा बघितलो कि समजते बराबर !'' असे प्रमाणपत्रही देत.

कंपनीच्या सर्वेसर्वा असलेल्या स्वामिनाथन सायबाला जर्मनीहून कुठल्याशा युनिव्हर्सिटीने डॉक्टरेट दिली आणि सत्कारासाठी ताजमध्ये पार्टी झाली.

आमच्यातले एक-दोघे बऱ्यापैकी आउट झालेले. मी काही कारण सांगून लवकर सटकलो. दुसऱ्या दिवशी सकाळी गदगडे भेटले. मी सहज विचारले काल

कधी पोचलात?

''पोचलो दोन वाजता. आधी दोन मढी पोचवली एक बोरिवलीला आणि एक वसईला मग मी आलो रूमवर ! काय करतो, सायबाला ड्राइव्हरपेक्षा गदगडे वरच जास्त (हा जास्त ते रमेश देव स्टाईल, त वर आघात देत बोलत !) भरोसा. मग जागलो. आता रूमवर जाऊन आराम करतो जरा.

टनेल साईटनंतर मी कंपनी सोडून दुसऱ्या कंपनीत गेलो. एकदा कामानिमित्ताने आमच्या पनवेल स्टोरला गेलो होतो. इंचार्जचे नाव विचारता सुनील गदगडे असे कळले त्यांची भेट झाली तेव्हा साहजिकच मी टनेलविषयी बोललो. ''होय, ते माझेच वडील. गेल्या वर्षीच वारले. त्यांची पुण्याई म्हणून आज इथपर्यंत पोचलो.''

स्टोरमधे नीटनेटक्या ठेवलेल्या सामानाच्या रॅक्समागून मला उगीचच शंकर वामन गदगडे डोकावल्याचा भास झाला.

■■■

२१. महर्षी रेमेडीओस

जन्म झिम्बाबवे चा.

शिक्षण आणि प्रत्यक्ष अनुभव लंडनला.

गोवा मुक्तिवेळी गोव्यात परतून पुढे भारतातच वास्तव्य.

ध्येय- चांगले सिव्हिल इंजिनिअर घडवणे.

या अजब रसायनाचे नाव ए.पी रेमेडीओस, आजतागायत मला त्यांच्या ए. पी. या अद्याक्षरांचा अर्थ ठाऊक नाही, तशी कधी गरजही पडली नाही.

साधारणपणे तीन वर्षांचा डिप्लोमा आणि चार वर्षांचा डिग्री कोर्स असताना, त्यांचे स्वतःचे असे एक सिलॅबस होते जिथे सहा वर्षे रगडल्यानंतरच विद्यार्थी सिव्हिल इंजिनियर म्हणवून घेण्याइतपत शिकायचा. हो, पण या सहा वर्षांत त्याला इतके थेअरी आणि प्रत्यक्ष सुद्धा ज्ञान मिळे कि त्याच्यानंतर त्याला साईटवर कुणीही कधीही कोणत्याही प्रकारे टोपी लावू शकणार नाही !

सर्वसाधारण, नजरेत न भरणारी उंची, सतत काहीतरी शोधात

असल्यासारखे निळसर डोळे, आणि कपड्यांचे म्हणाल तर कायम साध्या पॅन्टवर सफारी कोट असे यांचे पहिले इम्प्रेशन. त्या सफारीच्या वरच्या डाव्या खिशात चार वेगवेगळ्या रंगाची बॉलपेन्स, उजव्या खिशात चार इंचाचा खिळा, खालच्या कमरेच्या लेव्हलच्या खिशांमध्ये एक छोटा प्लास्टिक जार. आणि अर्थात एक छोटा नॉन -सायंटिफिक कॅल्क्युलेटर. या बेसिक आयुधांवर हा ऋषितुल्य माणूस काँक्रीट मिक्स डिझाईन, साईटवर आलेल्या रेतीचे परीक्षण, झालेल्या काँक्रीटची गुणवत्ता हे सर्व उद्योग हसत खेळत करू शकत असे.

कपड्यांच्या बाबतीत ते फार काटेकोर होते. तुम्ही रंगीबिरंगी कपडे घालून साईटला येणार, काँक्रीट अर्धवट झाले कि सुपरवायझरच्या ताब्यात देऊन गर्लफ्रेंडसोबत सिनेमाला जाणार! हे व्हायला नको तर आपल्या प्रोफेसशनला पण डॉक्टर,पोलीस, वकीलासारखा वेगळा युनिफॉर्म पाहिजे तरच लोक आपल्याला रिस्पेक्ट देतील हि त्यांची धारणा होती.

क्लासरूम मध्ये शिकवतानाही त्यांची खासियत हि कि वहीमध्ये लिहिताना दोन्ही बाजूला समास सोडून मगच लिहायचे. तेही सांगितल्यावरच असा दंडकही होता. मी काय बोलतोय तिथे तुमचे ध्यान हवे. कधी लिहून घ्यायचे ते मी ठरवणार.

१:२:४ काँक्रिट या सर्वज्ञात पण नेहमीच लाइटली घेतलेल्या मिक्सबद्दल बोलताना ते एक किस्सा सांगत. रेमेडीओजनी स्वहस्ते रांधलेली कोंबडी आवडल्याने कुणी मित्र ती पाककृती लिहून घेतो आणि तशी बनवून खाल्ल्यावर त्यांना तक्रारीचा फोन करतो.पुढचे संवाद असे -

"सो, हाव वोज द चिकन?"

''ब्लडी हेल, माय बॉडी इज ऑन फायर फ्रॉम टॉप टू बॉटम !''

"तू किती मिरची पावडर घातलेलीस?"

''ऑफ कोर्स चार चमचे, तू सांगितलीस तेवढीच''

''कोणती?''

''कोल्हापुरी. माझ्याकडे तीच होती. त्याने काय फरक पडणार?''

''देअर यु आर ! मी माझ्या रेसिपीत काश्मिरी मिरची पावडर वापरली होती आणि हे तुला सांगितले पण तू विसरलास!!''

असे लाईव्ह उदाहरण देऊन ते समजावत कि वन टू फोर हे प्रमाण करताना सार्वजनिक बांधकाम खात्याच्या पुण्यातल्या एका ब्रिटिश इंजिनीअरने एक बॅग सिमेंटसोबत दोन बॅग नदीची धुतलेली वाळू आणि चार बॅग स्थानिक बसाल्ट दगडापासून बनलेली खडी वापरली होती. हेच तुम्ही कलकत्त्याची वाळू घेऊन केलात तर काँक्रीट कसे बरे सारखे होईल?

साईटवर आपल्याला ज्यांच्याकडून काम करवून घ्यायचे आहे ती म्हणजे मेसन, बार बेण्डर, सुतार हि मंडळी संपूर्ण प्रॅक्टिकल भाषाच समजतात त्यांच्याशी अति साहित्यिक पातळीवरचे बोलून त्यांना काही समजणार नाही. यासाठी चार वेगवेगळी बॉलपेन्स वापरण्याचा त्यांचा अट्टाहास असे. ते सांगायचे कि एकाच रंगात तुम्ही स्टील बारचे लेअर कसे दाखवणार? माझ्यासारख्या अतिहुशार विद्यार्थ्यांच्या खिशाला (होय, रेमेडीओज सरांच्या क्लास मध्ये वीस वीस वर्षे साईटवर काढलेले कच्चे विद्यार्थी पण असायचे. त्या मानाने आठ दहा वर्षांच्या अनुभवाचा मी लहानच) ते चार रिफील एकत्र असलेले चायनीज पेन दिसले कि ते सरळ ओरडायचे कि माझी शिस्त जमत नसेल तर वर्गाबाहेर जा ! हे पेन साईटवर पडले तर काय करणार?

आम्हा सर्वांकडून त्यांनी अड्ड्यावर बीम च्या रिंगा तयार करून घेतल्या होत्या आणि काटकोन कसे चुकतात हे दाखवले होते.

काँक्रीट ओतताना जो व्हायब्रेटर वापरतात तो जाण्याएवढीच नव्हे तर त्याच्या वरच्या कॅप एवढी जागा बारच्या बाजूला मोकळी हवी नाहीतर व्हायब्रेटर आतच जाणार नाही हे समजावताना रोजच्या जीवनातली कमरेखालची उदाहरणे द्यायलाही ते कमी करत नसत!! पॉईंट डोक्यात

घुसणे आवश्यक.

एकदा त्यांनी विचारले कि काँक्रीट मध्ये सर्वांत महत्वाचा घटक कोणता ? अर्थात सर्वांनी एका सुरात सिमेंट सांगितले.

रॉंग, द आन्सर इज वॉटर ! पाणी. ते योग्य प्रमाणात न वापरता कमी जास्त झाले तर तुमच्या काँक्रीटच्या ताकदीत भयानक फरक पडू शकतो.

शटर उघडल्यावर दिले जाणारे पहिले क्युरिंग म्हणजे काँक्रीटला पाण्याने भिजवणे हे नवजात अर्भकाला घातलेल्या पहिल्या स्नानाइतके महत्वाचे हा त्यांचा विचार मला पुढे साईटवर क्युरिंगचे महत्व पाठवताना नेहमीच उपयोगी पडला.

एकदा डोंगरावरचे काही काम बघण्यासाठी जायला आम्ही थांबलो होतो. का थांबलो आहोत म्हटल्यावर ड्राइवर साठी असे उत्तर मिळाले तेव्हा, अरे टेम्पो ट्रॅव्हलरचा ड्राइव्हर नसेल तर समोर रिक्षा उभी आहे त्याची चावी आणा, आपण जाऊयात, चौघे तर आहोत. असे सांगत त्यांनी तुम्हाला रिक्षा पण चालवता येत नाही? अशी आमची लाजच काढली होती. सिव्हिल इंजिनियरला गाडीचे पूर्ण ज्ञान पाहिजे आणि स्वतःचे खाणे स्वतः बनवायची अक्कलही पाहिजे यावर त्यांचा कटाक्ष असे. कारण तुम्ही कुठे आडबाजूला अडकले असाल आणि तिथे तुम्हाला कसा खानसामा मिळेल हे तुमच्या हाती नसते.

पहिल्या पंचवार्षिक योजनेवेळी अभियांत्रिकीच्या इतर सर्व क्षेत्रातले ज्ञान आपल्याला बाहेरून आणावे लागणार होते, फक्त स्थापत्य सोडून हे ते अभिमानाने सांगत. १५ सप्टेंबर या अभियंता दिवसाचे त्यांना खूप अप्रूप होते. सर विश्वेसरयानी कशा परिस्थितीत काम केले आणि त्यामानाने आता किती सुधारणा झाल्यात

याविषयी बोलताना मी वयाच्या ६२व्या वर्षी कॉम्पुटर चालवायला शिकलोय हेही ते आवर्जून सांगत !

सर्व गोष्टी नीट पाळल्या तर सध्या १०x ७ मिक्सरवरही व्यवस्थित

काँक्रीट करता येते हे त्यांनी पवई ला हिरानंदानी गार्डेनचे सुरवातीचे टॉवर्स बांधताना दाखवून दिले.

कोकण रेल्वेच्या एका खोळंब्याच्या वेळी त्यांना बोलताना मी टीव्ही वर पहिले होते तेच शेवटचे. कॅन्सरने २००९ साली ते वारले. आपले आयुष्य निरोगी काँक्रीटच्या प्रचारासाठी अर्पित करणारा या महर्षींची अखेर (हनी कोंब काँक्रीट, कमी कव्हरमुळे स्टील गंजून,कार्बोनेशन होऊन त्याने काँक्रीटला भेगा पडणे या सर्वाला ते काँक्रीटचा कॅन्सर आणि गुप्तरोग म्हणत असत.) कॅन्सरनेच व्हावी हा दैवदुर्विलास.

▄▄▄

२२. सरकार माझ्या दारी

नाही, याचा त्या सरकारी योजनेशी काहीही संबंध नाही. सरकार म्हणजे अमलेंदू सरकार, KNP फौंडेशन्स कंपनीचा पायलिंग इंजिनियर. काळी रापलेली कांती असलेला धिप्पाड देह, जवळजवळ 10 तास डोळ्यावर काळा गॉगल आणि इतर काही खात नसताना सतत सिगरेट खाणे ! साईटवर बऱ्यापैकी पायलिंग झाल्याने आता लोड टेस्टिंग करणे अनिवार्य होते. त्यामुळे संपूर्ण जुगाड केला गेला आणि एका रात्री टेस्टिंगला सुरवात झाली. तासातासाने रिडींग घ्यायचे असल्याने साहजिकच मग मला थांबणे भाग पडले.

मी तसा पहिलटकर होतो त्यामुळे पाईल खचते म्हणजे नक्की काय होते, गेजचा पॉईंटर किती सरकतो वगैरे जाम कुतूहल होते जे पहिल्या दोनतीन रिडींगमधेच शमले.

तेव्हा पोर्टकेबिन वगैरे नसल्याने एक जाड कॅनव्हासचा तंबू हाच आमचा आसरा होता. रात्रभर जागण्याच्या तयारीने मी घरून जेवून आलो होतो. सरकारने आसपास चांगले माछ मिळते का चौकशी करून कुणाला तरी मासे आणायला लावले. एखादा डझन तळलेले मासे आणि एक

अक्खा ब्रिटानिया ब्रेड, बस्स. आणि हो, अधेमधे खायला सिगरेट होतीच ना !

दोन रिडींगच्या मधल्या तासभराच्या काळात गप्पा मारणे हा एक विरंगुळा होता. सरकारशी बोलताना समजले कि याने नक्षलवादी ग्रुपसोबत काम केले होते.

गावात एक सावकार होता तो लोकांना खूप नाडायचा. त्याला फसवून शेतात नेऊन मारण्याचा प्लॅन होता तो कुणी चुगली केल्याने फसला. पण धडा शिकवण्यासाठी त्याचा डावा हात तोडण्यापप्पर्यंत शिक्षा दिली, हि कहाणी सरकारने सगळ्या तपशिलासह मला ऐकवली. कसे कॉलेज विद्यार्थी गावाबाहेर जमून रायफल चालवायचे शिक्षण घ्यायचे, कसे लपून छपून वावरताना त्यांना घराघरातून जेवण मिळायचे वगैरे. एकदा तर म्हणे एकाला मिठाचे पोते वाहायला सांगितले आणि गावाबाहेरच्या माळावर शूट करून बॉडीवर तेच मीठ पसरले. का तर तो माणूस कॉलेजबाहेर टपरी चालवायचा आणि चहाचे दर वाढवले होते. अर्थात यातला सगळा भाग सत्यकथा नसला तरी सर्वसामान्यांचे प्रश्न या ठिकाणी त्या ठिकाणी असे गुळमुळीत उत्तर न स्वीकारता तिथल्या तिथे सोडवले जात असल्याने या चळवळीला जोर मिळत गेला. पण काहीही झाले तरी हिंसाचाराला समर्थन चुकीचेच.

रात्रीचे दोन वाजले असता त्याला अचानक लहर अली कि वॉचमन काय करताहेत ते चेक करूया. मग आम्ही आधी आमच्या वॉचमनकडे गेलो, तो बिचारा दिवसा मिलमध्ये काम करून रात्री आमच्या साईटला यायचा. तो व्यवस्थित घोरत खुर्चीत बसलेला ! त्याची काठी अलगद जप्त करून नंतर सरकारच्या माणसाकडे गेलो. हा बंगाली मुसलमान होता आणि पायलिंग करता करता बारा गावचं पाणी प्यायलेला होता. खुर्चींतच, काठी दोन हातानी उभी धरून त्यावर डोके टेकवून असा काही बसला होता कि कुणालाही तो जागाच वाटावा. 'मुल्ला, ए मुल्ला' अशा तीन सरकारी हाकानंतर तो दचकत जागा झाला.' माफ कोरून शाब ! '' ''

शाला,एखाने काज कोर्बो कि... '' असा त्याला कर्तव्याचा हग्या दम देऊन सरकार मला सांगता झाला देखो, ए दुनिया में कोई भी वॉचमन रातको एक (यातला ए खास बंगाली) से दु झापकी मारता हि हाय''

त्यावेळी मुंबईत रेडी मिक्स काँक्रीटला सुरवात नव्हती झाली,त्यामुळे साईटवरच टेन बाय सेव्हन मिक्सरवर माल बनवला जाई. आपल्या टेन्टच्या बाहेर खुर्ची टाकून सरकार या काँक्रीट चे सुरेख ऑर्केस्ट्रेशन करित असे. फक्त मधून मधून बंगालीतल्या ठेवणीच्या शिव्यांच्या माळेचा जप होई तेव्हा कुणाचा तरी अर्बाणा (व्हील बॅरो) निसटल्याचे समजे. पाईलसाठी सर्वे पॉईंट देताना कमीतकमी बारा एमएमचा रॉड मारावा, बोअरची खोली मोजताना काय काळजी घ्यावी, बेंटोनाइट स्लरी कशी वाचवली जाते, स्टीलची जाळी बोअर मापानुसार कशी अड्जस्ट करावी असे बरेचसे बारकावे मला या सरकारी खिडकीतून शिकता आले.

मी नुकताच डिप्लोमा करून साईटवर आलेला होतो, साईट लाईफ माझ्यासाठी पूर्णतः नवीन होते. त्यामुळे सरकारचे माझ्यावर किती बारकाईने लक्ष आहे हे मला तेव्हा समजले जेव्हा एकदा त्यांच्या कोलकत्ता हेड ऑफिसचा कुणी मोठा माणूस आला होता. साईटवरचे मी फोटो काढलेले त्यात सरकारचे काही खास फोटो होते. टिपिकल स्टील केजच्या बाजूला उभा राहिलेला, पाइलचा ओळंबा चेक करताना वगैरे. आणि त्यातकरून जवळजवळ सर्व फोटोत हा काला चष्मा उर्फ गॉगल लावलेला. तर निरोप मिळाल्यावर मी ते फोटो घेऊन यांच्या कंपनीच्या साईट ऑफिस मध्ये गेलो. तिथे मला बसवून, चहा वगैरे देऊन झाल्यावर तो माणूस म्हणाला, सरकार आपके बरे में खूब बताया. वि ह्वाव आईज ऑन यू. व्हाय डोन्ट यु जॉईन आस ? यु विल गेट भेरी गुड रिटार्न्स !

मी लेट मी थिंक म्हणून सटकलो. मनात विनोबांचे वाक्य आठवले - जो अ-सरकारी होता है वोही असरकारी होता है!! ▪▪▪▪

२३. गुरवे नमः

गुरुचरीत्रात सांगितल्याप्रमाणे जीवनात गुरु कोणत्याही रूपात येतो. माझ्यासाठी तो अल्फ्रेड च्या रूपात आलाय. आल्फ्रेड म्हणजे अल्फ्रेड फ्रान्सिस काव्हॉलो

मी कधी त्याला मिस्टर काव्हॉलो म्हणत नाही आणि तो मला विकास म्हणत नाही. आमची पहिली भेट झाली ती जवळ जवळ एक तपापूर्वी. कंपनीने एका १०३ मजल्याच्या कमर्शिअल टॉवर चे काम हाती घेतले त्या प्रोजेक्टवर.

जगभरची अनुभवी माणसे हायर करताना अल्फ्रेडची निवड दुबईहून करण्यात आलेली. नाव ऐकून हा कुणीतरी दुबईकर गोंयकार असावा अशी मजबूत फुटबॉल प्लेयरसारखी प्रतिमा मनात असताना हा समोर आला. वय,उंची यात माझ्याहून बऱ्यापैकी कमी पण अनुभव म्हटला तर दुबैतच २५ वर्षे काढलेली, तीही पूर्णपणे क्वालिटी पोर्टफोलिओ जबाबदारीने सांभाळत. बरे हा मूळ मुंबईकर म्हणजे इतका मूळ कि एकदा बोलता बोलता सहज म्हणून गेला कि My forefathers were from this very soil and coast of Mumbai ! मराठी बोलताना व्यवस्थित इष्ट इंडियन आकसेंट ने बोलणार!

इतक्या मोठ्या प्रोजेक्टचे documentation त्याच तोलामोलाचे असायला हवे याकडे त्याचे कटाक्षाने लक्ष असे. क्लायंटच्या मोठ्या माणसाने एकदा अमुक अमुक का नाही विचारले जे मला फारच बेसिक वाटले होते. मी तशी नाराजी व्यक्त केली तेव्हा, 'साटम, वि से इन इष्ट इंडियन कि गिऱ्हाईक बगुन पुडी बांधाया शिकलं पायजे ! सो इफ अ लिट्ल चेंज मेक्स हिम हॅपी, लेट्स डू इट असे म्हणून क्लायंटच्या गुड बुकात कसे राहायचे हे दाखवले.

आमच्या क्वालिटी डिपार्टमेंटच्या लहानात लहान वर्करलाही काही अडचण आहे का वगैरे नीट माहिती घेऊन त्यानुसार योग्य ती सूट दिल्याने पुढच्यावेळी तो वर्कर न सांगता कामासाठी अधिक वेळ थांबत असे, तेही ठराविक ओव्हरटाईम पेक्षा अधिक न मिळण्याची खात्री असताना!

क्वालिटी च्या माणसाने मागचे बघायला, आजूबाजूला काय चालले आहे ते कानांनी ऐकायला आणि प्रसंगी वासाने हुंगायलाही तयार असले पाहिजे ही अल्फ्रेडची मूलभूत आवश्यकता होती. स्टील टेस्टिंग वेळी, सॅम्पल बदलले तर जात नाही ना याची शहानिशा मोबाईल ला रेंज मिळत नाही म्हणून लॅब बाहेर जाऊन करणे हे माझ्या कल्पनाशक्तीपलीकडचे !

क्लायंटसोबतच्या साईट मीटिंगला जाताना, गाडीतून आणलेला ब्लेझर घालून जाण्याचा प्रोटोकॉल सांभाळणारा तो पहिलाच मॅनेजर. गाडीवरून आठवले, त्याच्याकडे एक नवीन ड्राइवर आला होता. अंकल रॉबर्ट. दुसऱ्याच दिवशी, चर्नीरोडवरून माहिमपर्यंत जाताना सुरवातीलाच आल्फ्रेड मला म्हणाला कि तू हा गाडी कसा चालवतो हे बारकाईने पहा आणि मला उद्या सांग. डू इट इंपार्शली ! मी मग वाटेतले आठ दहा बारकावे मनात साठवून त्याप्रमाणे दुसऱ्या दिवशी सांगितल्यावर हसत म्हणाला कि युवर ऑब्झरव्हेशन्स मॅच विथ लिडिया, माय वाइफ. तिनेपण

दादर पुलावरचे जर्क्स नोट केले होते. या रॉबर्ट अंकलची गम्मत म्हणजे लहानपणी कधीतरी बोटीने गोव्याहून मुंबईला येताना मनात समुद्राची भीती बसल्याने तो सीलिंकवरून गाडी न्यायला घाबरत होता. त्याला मग आम्ही दोघांनी हळू हळू धीर देत गाडी चालवायला लावले.

सुरवातीच्या काँक्रीट मिक्सच्या ट्रायल्स घेताना अल्फ्रेडचा संयम बरेच काही सांगून जाई. आपल्याला हवे ते रिझल्ट्स मिळत नाहीत तोपर्यंत कितीवेळा पुनः पुनः तेच मिक्स परत करावे लागेल याकडे लक्ष न देता प्रत्येक वेळी काय फरक केला तर काय चांगले किंवा वाईट होते ते पाहण्याने जे मिक्स शेवटी नक्की केले त्याने खूपच फायदा झाला. चलता है हा टीपीकल वाक्प्रचार त्याच्या शब्दकोशात नसल्याने परफेक्शन साठी काहीही अशी त्याची वृत्ती.

अल्फ्रेडचे माझे जमण्यासाठी कामापलीकडची आवड म्हणजे तोही माझ्यासारखाच किंवा काकणभर अधिक फूडी आहे. चर्नीरोडला साईट असल्याने मग आम्ही आसपासच्या गिरगावापासून थेट मेट्रो चोकापर्यंतचे बरेच फूड जॉईंट्स पालथे घातले होते. अर्थात काही जागचे नॉनव्हेज फूड त्याच्या जिभेला भयानक तिखट वाटे ते त्याच्या इतक्या दीर्घ दुबई वास्तव्याने.

वाईनमधली इतकी माहिती त्याच्याकडे होती कि एकदा लाफार्जच्या जर्मन माणसासोबत बोलता बोलता आम्ही इटली आणि फ्रांस च्या खासमखास विनयाइर्सना कधी भेट देऊन आलो ते तासाभरानेच समजले!

कुणी एकाने २५ मिली व्यासाचा स्टील बार कापताना गॅसने जाळला आणि क्लायंटने त्यातून राईचा पर्वत केला. त्यावेळी शांतपणे अल्फ्रेडने हीट अफेक्टड झोन हि संकल्पना दाखवून तशी टेस्ट करून त्या उरलेल्या स्टील ला खास नुकसान झाले नाही हे सिद्ध केले.

तो गमतीने स्वतःला काळा गोरा म्हणत असे. मला सुरवातीला समजले नाही तेव्हा त्याने सांगितले कि हे पहा माझे कामातलं ज्ञान, अनुभव हे

या लोकांपेक्षा तसूभरही कमी नाही, पण फक्त हे फेयर स्किन असल्याने त्यांना जास्त पगार दिला जातोय.

कामाव्यतिरिक्त कधी काही गोष्टीसाठी दोराहे पर खडे होण्याची वेळ आली तर बिन्धास फोन कर असे त्याने सांगितले होते. लग्नाची पंचविशी साजरी करायला मी सपत्नीक थायलंड मलेशिया जायचा बेत केला आणि त्यासंबंधी व्हिसासाठी केसरीच्या (तेव्हाच्या) स्ट्रॉबेरी हॉलिडेज च्या ऑफिसात बसलो होतो. माझ्या पासपोर्टचे एकच पान शिल्लक पाहून सर तुम्ही एकच डेस्टिनेशन निवडू शकता असे सांगितले गेले. मग मी अल्फ्रेडला कॉल केला त्याने मोलाचा सल्ला दिला कि मुलांना नेत असशील तर मलेशियाला जा, दोघेच जाणार असाल तर नक्की थायलँड!

एक धर्मभीरू कॅथॉलिक असूनही मूळ मातीच्या संस्कृतीला धरून तो विश्वकर्मा पूजेला व्यवस्थित कुर्ता पायजमा, गळ्यात जाड सोन्याची साखळी असा यायचा. कॉलेजच्या दिवसात मित्रांकडे रात्रभर गणपतीच्या मखर सजावटीला थांबायचो हि आठवणही सांगायचा.

स्वच्छतेच्या कितीही गप्पा मारल्या तरी काही गोष्टी आपल्या अंगवळणी पडलेल्या असतात. एकदा भर पावसाच्या दिवसात आम्ही काँक्रीट प्लाण्टला विझिट करून महालक्ष्मी स्टेशनकडे येत होतो. शेगडीवर भाजल्या जात असलेल्या मक्याच्या कणसाच्या अरोमाने आम्ही तिथे थबकलो, दोन कणसे घेऊन खात खात स्टेशनवर आलो. खाऊन हातात उरलेल्या कणसाकडे पाहत आल्फ्रेड मला म्हणाला ''हाव टू डीस्पोस धिस?'' मीही मग तितक्याच तत्परतेने माझ्याकडचे कणीस रेल्वे रुळावर फेकत म्हटले, ''लाईक धिस !'' मी केलेली कृती किती पर्यावरणपूरक आहे हे दाखवायला एक कावळा येऊन ते चोचीत पकडून उडाला. पण अशाने समजूत पडेल तर तो आल्फ्रेड कसला? पूर्ण महालक्ष्मी फलाट फिरत त्याने कचरा डब्बा शोधून त्यातच हातातले कणीस टाकले आणि हुश्श करीत परतताना मला म्हणाला कि अखेर एक डब्बा मिळाला.

ते प्रोजेक्ट काही कारणाने अर्धवट सोडावे लागले आणि पुढे आल्फ्रेडनेही एक दोन कंपन्या बदलल्या. प्रत्येक वेळी अर्थातच मागच्यापेक्षा वरची जागा आणि पगार घेत. मलासुद्धा त्याने काही कामे दिली आणि पैशाचे बोलताना स्वतःला कमी समजून उगाच कमी रक्कम सांगू नकोस हा कानमंत्र द्यायला विसरला नाही.

नाताळच्या सणाला अगत्याने घरी बोलावून त्याने छोटी पार्टीही केली होती तेव्हा जुन्या गोष्टी निघाल्या. लिडिया स्वतः गीटारिस्ट असल्याने त्या दोघांनाही अनुपची (माझा मोठा मुलगा)गिटारवरची पकड आवडली. तसेच शेफ असलेल्या अनुजच्या हातचे खायला या फूडी दाम्पत्याने एकदा घरी यायची इच्छा बोलून दाखवली.

आजही आमची भेट होते, एखादा कॉल नाहीतर टेक्स्ट मेसेज ने कारण तो आता बराच व्यस्त असतो. मी त्याला म्हणतो कि आयुष्यात माझ्यापेक्षा मोठ्यांकडून मी बरच शिकलोय, तर तुझ्या रूपाने मला लघु वाटावा पण नसावा असा गुरु भेटला. अजूनही प्रत्येक गुरुपौर्णिमेला त्याचे आभार मानणारा माझा टेक्स्ट मेसेज

आणि त्यावर त्याचा यु टू आर नो लेस द्यान अ गुरु हे उत्तर असते !

■■■■

२४. एमजीआर

केवळ महिनाभराच्या संपर्काने माणूस लक्षात राहतो ? एमजीआर हे संक्षिप्त नाव. पूर्ण नाव काय असेल याचा विचार करण्याची वेळच आली नाही.

अर्थात तुम्हाला वाटते तो दक्षिणेतला चित्रपट गाजवणारा एमजीएआर नव्हे, तर हि व्यक्ती म्हणजे एक सरकारी ठेकेदार. माझ्या कुठल्याही बायोडेटात न आलेल्या कंपनीचा सर्वेसर्वा. पूर्ण एक महिना साईटवर काम करून (खरे तर एकवीस दिवस !) ती सोडण्याचा अनुभव मला देणारा माझा पहिला एम्प्लॉयर.

झाले असे कि डिप्लोमा हासील केल्यावर कामाच्या शोधात असताना, एका ओळखीतून मला हि साईट मिळाली. उपनगरातल्या एका स्विमिंग पुलाचे आणि त्या संबंधित संकुलाचे काम होते ते. एका संध्याकाळी उशिरा गोवंडीला मी त्या साईटवर गेलो आणि आमच्या त्या नातेवाईकाने एमजीआरसोबत माझी ओळख करून दिली.

रमेश देवसारखा केसाचा कोंबडा, निमगोऱ्या चेहऱ्यावर ट्रिम केलेली

मिशी आणि गुळगुळीत दाढी. बोलताना डोळे मोठे करायची सवय. नाव दाक्षिणात्य असले तरी अस्खलित मराठी बोलणे.

"साहेब तुम्ही काळजी नका करू. याना उद्यापासूनच येऊ दे साईट वर, मी सर्व समजावतो."

असे सांगून त्याने एकाला बोलावले आणि तमिळमध्ये काही सूचना केल्या. त्यातले सार इतकेच मला नीट समजले.

दुसऱ्या दिवशी मी लवकरची ३७४ बस पकडून साईटवर गेलो. पुलाचे काम सुरु होते. मला सिनियर असलेले इंजिनियर देशपांडे आणि वॉचमन परब हे दोघे सोडले तर साईटवर मी तिसरा मराठी ! बाकी सर्व सुतार, गवंडी, स्टील फिटर हे दाक्षिणात्य तरी किंवा बंगाली होते. क्लायंट कडून असलेले वाणी म्हणून कुणी ऑफिसर क्वचितच उगवत.

सकाळी बरोबर साडेनऊला गेटवर हॉर्न वाजला कि एमजीआर आल्याचे साईटला समजे आणि मग गेटमधून आत येता येता सर्वांची हजेरी सुरु होई. बरे आवाज असा टिपेचा कि उंचावरच्या चालू कामातल्या स्लॅबवरचा कामगारही दचकला पाहिजे.

" हे बघा, इथे आपण कामगार आणतो ते टाइमपास करायला नाही. त्यांच्याकडून काम काढायला शिकले पाहिजे. आधी ड्रॉईंग समजून घ्या, साईटवर फिरताना दिशा समजली नाही तर लफडे होईल आणि मला ते चालत नाही. समजले ? "

साधारण तिसऱ्या दिवशीच मला या समजले ने शेवट होणाऱ्या निदान पन्नासेक प्रश्नांना तोंड द्यावे लागले होते.

ते दिवस लाकडी मुंढ्यांच्या सपोर्टवर स्लॅब लावण्याचे होते. एका जागी मला एक मुंढा सैल वाटला. मी कार्पेन्टरला समजावत असतानाच एमजीआर तिथे उगवले. "अरे कशाला त्याला समजावत बसलाय? एक लाफा मारा, पुन्हा अशी मिस्टेक होता कामा नये !" कटाप्पाच्या देहयष्टीच्या कार्पेन्टरला मी लाफा

मारणार? मी बावचळल्यागत उभा राहिलो. मला लाफा मारणे याचा हार्ड स्लॅप हाच अर्थ माहिती होता. मग मला समजले कि त्यांना म्हणायचे होते, त्या लाकडी मुन्ध्याच्या खाली एक दुसरा लाकडी तुकडा वेजसारखा (पाचर) मारला कि तो न हालता भक्कम उभा राहील. डिप्लोमाला कम्युनिकेशन स्किल या विषयात लांबे चवडे इंग्रजी निबंध लिहिण्या ऐवजी साईटच्या भाषेचा अभ्यास केला तर किती छान होईल?

भाषेवरून आठवले. एमजीआर हा बॉर्न तामिळ, शिक्षण इंग्रजी शाळेतले, बायको गुजराथी, कामानिमित्ताने मराठी अधिकाऱ्यात उठबस. यामुळे या वल्लीला दक्षिणेतल्या सगळ्या भाषा, मराठी, गुजराथी, इंग्लिश, हिंदी हे सर्व नीट बोलता येत असे. निरनिराळ्या लेबर काँट्रॅक्टरना झाडण्यासाठी त्याला हा बहुभाषी हुनर खूपच कामी येई.

पावसाच्या सुरवातीला, अचानक एक दिवस बातमी आली कि मुंबईवर प्रचंड वेगाने वादळी वारे येणार आहेत. त्यावेळी एमजीआरचे आणखी एक वेगळे रूप मला पाहायला मिळाले. संपूर्ण साईटवर असलेले सुटे मटेरियल उचलून एका जागी नीट ठेवणे, लेबर कॉलनीतल्या झोपड्यांवर असलेले पत्रे उडू नयेत म्हणून वाळूच्या गोण्या ठेवणे, वगैरे गोष्टीत नुसत्या सूचना देत न राहता त्याने शेवटपर्यंत ठीकठाक आहे ना याची खात्री करून घेतली होती.

वादळ आले, जरा थांबले आणि आंध्र कडे सरकले. पण दक्ष कसे राहावे याचा प्रत्यक्ष धडाच मला या घटनेने मिळाला.

का कोण जाणे पण डोक्यात काहीतरी किडा येऊन मी दाढी वाढवली होती. वाशीला स्वतःचा बंगला बांधण्यात व्यस्त असलेला एमजीआर पंधरा दिवसांनी पहिल्यांदाच साईटवर आला होता. मला पाहिल्यावर म्हणाला "दाढी वाढवता? चांगले आहे. कामगार जरा घाबरून राहतात.!"

स्विमिंग पुलचा राफ्ट भरायच्या रात्री समजले कि साठ माणसांसाठी रात्रीचे खाणे अरेंज झाले नव्हते. मी व्हायब्रेटरची नीडल चेक करीत

होतो. इतक्यात लेबरच्या सुपरवायझरने हे येऊन सांगितले. रात्री अकरा वाजायला आले असताना कप्पाळ जेवण मिळणार होते? पण समस्या आली आणि एमजीआर हरला असे कुणी कधी पहिले नव्हते. ''अरे तो कोपऱ्यावर वडापाववाला आहे ना ? त्याला सांगा.काम होऊन जाईल. त्या रात्री साईटवर शंभरेक वडापाव आले होते, दोन वेळ आणि सोबत गरम गुलाबी चहा.

एमजीआर शेठच्या मुलाच्या वाढ दिवशी अक्ख्या साईटला मिठाईचे बॉक्स दिले जात. मला ते थोडे विचित्रच वाटले होते तरी अकौंटंटला बरे वाटावे म्हणून घेतला बॉक्स.'' वो लडका कितना बडा है? कभी आया नाही साईटपर ?और आज एमजीआर तो घरपर हि रहते है क्या?:''या माझ्या प्रश्नावर अकौंटंटच्या डोळ्यात टचकन पाणी तरळले. '' अरे वो स्टोरी आपको मालू नई. सेठका लडका चार साल पैले इसी दिन कारके नीचे आया. उस्का बाद सेठ हर बड्डेको ऐसाच सबको स्वीट डिस्ट्रिबुट करता. वो आज मॉर्निंग को मंदिर गया होगा मुरूगनस्वामीका. उधर भी बहोत डोनेशन गिनेशन दिया सो ''

एमजीआरकडे काम करण्यासाठी मला इतर काहीच त्रास नव्हता. पण देशपांडेंना चक्क रिझर्व्ह बँकेत जॉब मिळाला आणि कॉलेजातून ताजा बाहेर पडलेला असताना, एवढ्या अमराठी लोकात राहणे मला जमेना.

त्यात त्याचा भाचा कामासाठी आला खरा पण त्याचे मुख्य काम हे इकडचे तिकडे पोचवणे आणि दोन माणसात भांडण लावून मजा पाहणे हेच होते. मी सारासार विचार केला कि इथे आपले काही खरे नाही.

साईट आणि अर्थात कंपनी सोडायची त्यासाठी एमजीआरकडे प्रत्यक्ष बोलायचे मला धाडस होईना. काय कारण सांगणार होतो साईट सोडण्याचे? मराठी माणूस साईटवर नाही तेसुद्धा भर मुंबईत ? एमजीआरचे मराठी ऐकून कोणाची हिम्मत झाली असती याची मातृभाषा मराठी नाही म्हणायची? तरीहि मला काहीतरी

कामासाठी गावाला जायचे आहे म्हणून एक आठवडा येणार नाही असे ओझरते बोललो होतो.

पब्लिक फोनवरून दहा पैशाची तीन नाणी टाकत मी आमच्या नातेवाईकाशी बोललो कि ''माझे इथे मन लागत नाही. काय करू? तुला कळवावेसे वाटले.''

तो सरकारी खुर्चीत आणि तेही बरीच वर्षे काढलेला होता ''अरे असे काही नाही. त्याला माणूस हवा होता तुला जॉब हवा होता. बिन्धास सोडून जा.''

नेमके त्या दिवशी काही मीटिंगमुळे एमजीआर साईटला येणार नव्हता. हातानेच एका कागदावर राजीनामा खरडून मी अकौंटंटला दिला. काही न बोलता त्याने माझा हिशोब केला. चारशेवीस रुपयात एकवीस दिवसांचा अनुभव घेऊन त्या दिवशी मी साईटच्या गेटबाहेर पडलो. त्यानंतर मात्र पुन्हा आजतागायत माझी एमजीआरशी भेट झाली नाही.

∎∎∎∎

                          वाचलेली माणसं

२५. वासू

वासू म्हणजे वासुदेव मोहंती. जोगेश्वरीच्या क्रीडा संकुलाच्या कामावर माझ्यामागून आलेला हा दुसरा माणूस. म्हणायला लेबरच पण शार्प डोक्याचा होता.

साईटवर कामासाठी येताना तो वर हाफ बुशशर्ट आणि खाली ढोपरापर्यंत गुंडाळलेली निळ्या रंगाची टीपीकल ओडिया खुर्दा लुंगी लावत असे.

केस वाढले कि डोकेदुखी होत असल्याने त्याचे डोके नेहमीच क्रू कट दिसायचे.

त्यावेळी आमची साईट म्हणजे एक मोठा खड्डा होता आणि त्यात पावसाचे पाणी साठल्यावर तर गच्च पानवेलींचे जाळे पसरलेले असे. पाणी जास्त खोल नसले तरी गमबूट घालून चालावे लागे. अशा किचकट जागी वासू माझ्यासोबत लेव्हल्स घेण्यासाठी लेवलिंग स्टाफ घेऊन उभा राही. मातीचा भराव टाकण्यापूर्वी घ्याव्या लागणाऱ्या या लेव्हल्स साठी त्याला सक्त ऑर्डर होती कि स्टाफ चांगला दाबून धरायचा आणि हे काम तो

इमाने इतबारे करीत असे. अगदी क्लायंटकडून चेकिंग होत असताना दूर उभा असलेला वासू स्टाफ जमिनीत खोवून धरताना दात ओठ खात जो चेहरा करायचा तो मला टेलेस्कोपमधून दाखवत क्लायन्टने पावतीसुद्धा दिली होती कि तुम्ही सर्वे हेल्परला ट्रेनिंग चांगलेच दिले आहे!

वासू आमच्या आधीच्या म्हणजे ट्रॉम्बे साईटवरून आलेला. सुरवातीला तो ये जा करीत असे पण ती साईट संपल्यावर मात्र त्याने आपला छोटा संसार घेऊन जोगेश्वरी साईटवर झोपडे बांधले. साईट जसजशी आकार घेऊ लागली,इतर लेबर आणि मेसन सुतार वगैरे लोक वाढू लागले तसे वासू पंधरा दिवस गावी जाऊन त्याच्या बायकोलाही घेऊन आला. आता त्याला जेवणाचे बघावे लागत नसल्याने तो सकाळी लवकर येऊन संध्याकाळी अंधार होईपर्यंत या सर्व्हेसाठी माझ्यासोबत असे. अर्थातच दुपारच्या उन्हावेळी मी त्याला चांगली दोन तास सुट्टी द्यायचो कारण उन्हात मलाही त्रास नको होता.

भरावाच्या मातीचे डंपर्स येण्याचे प्रमाण वाढू लागले होते. साईटच्या दुसऱ्या बाजूने पाइलिंगच्या कामालाही सुरवात झाली होती. त्या कॉंट्रॅक्टरला कामाच्या जागी १६ मिली साईझच्या स्टील सळईने पॉंईट द्यावा लागे. साहजिकच मग लेव्हल्स बरोबर थिओडोलाइट चा वापरही सुरु झाला आणि आमच्या सर्वेच्या कामाचा लोड वाढला. दुसऱ्या लेबरला शिकवत बसण्याऐवजी वासूकडूनच दोन्ही कामे करणे सोयीचे पडत होते. वासू तसा कामचुकार नव्हता पण कधीकधी तो थकून जायचा

डोक्याकडे हात नेत त्याने सरेss असे म्हटले कि समजायचे याची बॅटरी डाउन झाली आहे. मग मी त्याला थोडावेळ रूमवर जाऊन पड सांगायचो आणि तात्पुरत्या ठोकलेल्या शेड मध्ये बसून माझी कॅल्क्युलेशन्स करायचो.

आमचे साईट मिक्सर, काँक्रीटची लागणारे व्हायब्रेटर यासोबतच ब्याचिंग प्लांट उभारणीमुळे साईटवर आता इलेक्ट्रिशिअन आणि मेकॅनिक्स

सुद्धा वाढले.

लेबर कॅम्पमध्ये फॅमिलीज वाढू लागल्या. मेल कुली बरोबर रेजा म्हणजे स्त्री-कामगार दिसू लागल्या. आमची इंजिनीरिंग टीम कामाप्रमाणे वेवेगळ्या शेड्समध्ये बसायला सुरवात झाली. साईटचा कोनाकोपरा ठाऊक असलेला वासू आता सर्वांना हवाहवासा वाटू लागला. गावाकडे तो सातवीपर्यंत शिकलेला असल्याने इतर ओडिया लेबरसारखा आग्या असे न म्हणता सर म्हणायचा. त्याचे गणितही उत्तम होते फक्त तोंडी हिशेब तो उडिया भाषेत करायचा आणि उत्तर सांगताना हिंदी किंवा इंग्लिशमध्ये बोलायचा. वासूने कॉंक्रीटच्या क्वांटिटीचा अंदाज कोडी पज्र्यांत काढला कि वीसपर्यंत हे मला सवयीने समजू लागले होते.

प्रोजेक्टच्या भूमिपूजनापासून साईटवर असल्याने मला सुट्टी घेता आली नव्हती. आता पुरेसा स्टाफ आहे आणि गावी जायचेच आहे असे बॉसना पटवून मी महिनाभरासाठी कामावर गेलो नव्हतो. परतल्यावर मला साईटवर जसे बदल जाणवले तसाच बदल वासूच्यात दिसला. तो सतत कसल्यातरी विचारात गढलेला दिसायचा. एखाद्या ठिकाणी स्टाफ धरून उभा राहिला कि मी पुढे गेलो तरी हा त्याच जागी रेंगाळू लागला. आधी मी दुर्लक्ष केले पण सारखे सारखे किती हाक मारून बोलावणार म्हणून त्याला समोर बसवले आणि विचारले

क्या बासू क्या प्रॉब्लेम है तेरा? पहले जैसा ध्यान नहि काम पर तेरा ?

वासूचा हात डोक्याकडे गेला.

सरॅss एक कथा करनेका था

बोलो क्या हुआ? सुना तेरेको बच्चा हुआ इधर ? सब ठीक तो ?

सरॅss वोही प्रॉब्लेम. वो बच्चा मेरे जैसा नहि करके सब लोग बोलता है. क्या सच्ची कोई गडबड किया क्या ?

अरे कुछ भी मत सोचो. तुम तो तुम्हारा बिविको जानता है ना ? ऐसा कुछ दिमागमें मत रखो और काम पर ध्यान दो.

मी ही गोष्ट विसरूनही गेलो होतो पण वासूचे तंद्रीत राहणे वाढू लागले. हल्ली तो बन्याचदा साईटवर थोडी घेऊनही येत असे. मुळातच बारीक असलेला वासू अधिकाधिक खंगत चालला होता. मलाही समजेना नक्की काय गडबड आहे. मग मी माझ्या पद्धतीने तपास केला आणि जे समोर आले ते धक्कादायक होते. झाले असे कि एक मेकॅनिक जो जास्त नाईटशिफ्ट करायचा त्याने वासूच्या गैरहाजिरीचा आणि भोळेपणाचा फायदा घेत वासूच्या बायकोला फितवले होते. हा पट्ट्या दिवसा रूमवर आराम करतो म्हटल्यावर त्याचा संशय कुणाला आला नव्हता.

अर्थात हे सर्व वासूला कुठूनतरी कळल्यापासून संशयकल्लोळाच्या पिशाच्चाने त्याला पुरते पछाडले होते. हजारभर लेबरअसलेल्या साईटवर निदान वीसेक मुले तरी नक्कीच जन्मलेली, त्यातच एक वासूचा मुलगा. त्या मेकॅनिकला दुसऱ्या साईटवर पाठवण्यापलीकडे इतर काही करणे शक्य नव्हते कारण ठोस पुरावा काहीच नव्हता आणि वासू आपल्याला काही करणार नाही हे त्याच्या बायकोला चांगले ठाऊक होते.

प्रोजेक्टची पहिली स्लॅब माझ्याच बिल्डिंगची. कामाच्या धांदलीत वासू आला नाही हे माझ्या ध्यानातून निसटले. स्लॅबचे चेकिंग, काँक्रीटची तयारी, काँक्रीटची पूजा वगैरे सर्वांतून मी मोकळा झालो तेव्हा दुपार झाली होती. काँक्रीट सुरु करून मी खाली उतरलो. साईट ऑफिसमध्ये गेलो तेव्हा अकाउंटंट भेटले.

क्या साब आपका वासू गाव गया अचानक?

अरे मुझे कुछ बोला भी नही. ऐसा क्या हुआ?

वो गया, साथ में बीवी बच्चा को भी ले गया. आपके लिये ये चिट्ठी छोडा.

जुन्या संपलेल्या लॉगबुकच्या पाठकोऱ्या पानावर वासूने चिट्टी लिहिली होती.

उडिया लिपीत लिहिलेल्या त्या चार ओळींचा अर्थ मी माझा

सुपरवायझर दासकडून विचारला.

    ''सर वो लिखता है कि अभि साईटपर मन नाही लागता इसलिये गाव जाके खेती करेगा.

    आपको थँक्स बोला है और किसीके लिये कुछ डाउट नही ऐसा लिखा है !''

■■■

२६. आर वेलू

मूर्ती लहान पण कीर्ती महान ही म्हण ज्या व्यक्तींवरून तयार झाली असेल त्यातील अग्रेसर म्हणजे राघवेंद्र वेलुस्वामी, साईटवर आणि कंपनीत फेमस असलेला कार्पेन्टरी फोरमन आर वेलू.

कमी उंचीमुळे त्याला साईटवरच्या पाईप परांचीखालुन लीलया वावरत येत असे. साधारण ठेंगू माणसांमध्ये ठळक दिसणारा गुण म्हणजे मान वर करून बोलणे ज्यात थोडी उर्मटपणाची झाक असते, तो वेलूमध्ये क्वचितच दिसे. कार्पेन्टरी शेडमध्ये, खुर्चीत एक फोमची शीट ठेवून त्यावर बसला कि मात्र समोरच्याच्या नजरेला नजर भिडवून बोलण्याची सवय होती.

रोज स्वच्छ सफेद शर्ट घालणे या माणसाला कसे जमते हे कोडे पडावे. कंपनीतल्या माझ्या तेवीस वर्षांच्या सर्व्हिसमध्ये साताठ साईटवर त्याच्यासोबत काम करताना फक्त एकदाच, माझ्या वीस वर्षांच्या सर्व्हिस अवॉर्डवेळी आर वेलूला त्याचा पस्तीस वर्षांचा सर्व्हिस अवार्ड घेताना जबरदस्तीने सूट, वेगळे बूट आणि टाय अशा खास वेषात पाहिले होते.

एरवी कायम सर्वांत लहान साईझचे सेफ्टी शूज आणि इन केलेला सर्फ छाप शुभ्र फुल्ल शर्ट. रापलेल्या शिसवी रंगावर तो उठूनही दिसे. हेल्मेटखाली चेहरा सुरु होण्याआधी प्रकर्षाने जाणवायचे ते आडवे भस्म !

कंपनीच्या रंगीत बुलेटिनमध्ये चमकणारे बहुतेक साहेब त्याच्यासमोर उमेदवारी करून गेलेले होते. त्यामुळे अमुक अमुक नाव निघाले कि

''वो साब? उसको तुमलोग साब बोलता होगा, मेरा सामने वेलू सर बोलके बात करेगा. कंदीपा!'' यातले कंदीपा म्हणजे खात्रीने हे जरा ठसक्यात बोलले जाई.

ओतल्या जाणाऱ्या काँक्रीटला, ते सेट झाल्यानंतर हवा तो आकार आणि फिनिश मिळण्यासाठी शटर किंवा फॉर्म हे कसे बनवायचे, त्यासाठी काय काय वापरायचे हे इतकी वर्षे लोणच्यात मुरलेल्या बेडेकरांसाखे त्याच्या हातखंडा फॉर्मुल्याने त्याला ठाऊक होते. मी फॉर्म बनवला,तो तुम्ही कसाही वापरा अशी लिमिटेड वृत्ती मात्र नव्हती. मोठ्या काँक्रीट वेळी आर वेलू स्वतः साईटवर चक्कर मारी, प्लाय मागे जोडलेल्या एच बीम वर पडलेले काँक्रीट जर वेळच्यावेळी साफ नाही केले तर त्या काँक्रीट फोरमॅनला तर ओरडेच पण त्याचबरोबर लेबर काँट्रॅक्टरच्या कुळाचा उद्धारही करी.

''साला तुमारा आप्पा इतना साल येही कंपनीका खाया, चाया पिया लेकिन तुम छोकरा लोग एल्ला सत्यानास करता!'' आणि हे बोलताना एखादा लाकडाचा तुकडा हाती घेऊन उगारलेला दिसे.

पण हा माणूस बाहेर कितीही कठोर दिसला तरी अंतरी खूप दयाळू होता. प्रजापती शर्मा हा आमचा मुख्य फॉर्मवर्क ठेकेदार. मुलाच्या लग्नासाठी गावाला गेला आणि बारातमध्ये घोडी उधळल्याने मागून येताना लाथ बसून जागीच निधन पावला. त्यावेळी आमची अडतिसावी स्लॅब चालू होती. बातमी साईटवर आली तेव्हा सर्वांनाच धक्का बसला. आरवेलूने मात्र लगेच अकाउंटंटचे ऑफिस गाठले.

''सार, मेरा आऊट ऑफ पॉकिट एक्सपेन्स से हजार रुपीज निकालके अलग करो. ना पेरिया सार किट पेशरा (मोठ्या सायबाशी मी बोलतो)

आ मेले (याच्याउप्पर) किसको कितना पैसा देनेका वो देने दो, लेकिन उस्का घर मे पैसा जल्दी पोंचना ! साला वो मर गया वो कॉन्ट्रॅक्टर इल्ला, अमारा फ्यामली मेम्बर. ''

संध्याकाळच्या आत साईटवरून पन्नासेकहजाराची मदत शर्माजींच्या नावे जमा झाली.

साईट सेफ्टीसाठी सेफ्टी मॅनेजरपेक्षाही काटेकोर असणारा वेलू स्वतः स्मोस्किंगपासून दूर राहू शकत नव्हता. त्यामुळे जेव्हा जेव्हा तलफ येई तेव्हा तो आठवणीने आपल्या वर्कशॉपच्या बाहेर, एखाद्या कोपऱ्यात उभा राहून पफ घेई आणि मागे वळताना खाली पडलेले थोटूक बुटाने चिरडून विझवून टाकत असे. हॅलोजन लाईटच्या उष्णतेने कॉटन वेस्टच्या गोणीला आग लागली आणि दुसऱ्या दिवशी काँक्रीटला तयार असलेली स्लॅब जळून खाक झाल्याची स्टोरी तो सांगत असे. अर्थात त्यांनतर कंपनीच्या सम्पूर्ण साइट्सवरून हॅलोजन लाईटला बंदी घातली गेली. आताशा कॉटन वेस्टऐवजी ग्रीस सिमेंट मिश्रण फॉर्म्सच्या फाकलेल्या सांध्यात भरायचा एसओपी सगळीकडे अनुसरला जात होता आणि त्यामागे वेलूसारखेच दक्ष जुने जाणते फोरमन होते.

एका सही पलीकडे आणखी इंग्लिश लिहू वाचू न शकणारा वेलू ड्रॉईंग वाचण्यात मात्र एक्सपर्ट होता. वर्कशॉपमध्ये एका कोपऱ्यात एक तिरका बोर्ड व्यवस्थित स्टँडला लावलेला असे ज्यावर पूर्ण मोठे ड्रॉईंग पसरवून वाचता येत असे. कुण्या नवख्या स्टाफने ड्रॉईंग वाचताना कधी सेक्शन समजण्यात चूक केली कि वेलूचे पित्त खवळत असे. ''एंत्रा माईरा? साला इंजिनियर बन गया. ओरु सिम्पल ड्रॉईंग पडनेको नई आता ! सार (मला त्याने कधीच नावाने हाक मारली नाही.),

ये लोगके लिये क्वालटी मे प्रोग्रॅम रखना. अम आयेगा सिखानेको

कैसा देखने का ड्रॉईंग.''

एक फुटापेक्षा जास्त रुंदीच्या शियर वॉल्सच्या कॉंक्रीटिंग दरम्यान न चुकता एका लेबरला फ्री ठेवण्याकडे त्याचा कटाक्ष असे. या माणसाच्या हाती एक लाकडी मॉलेट (गुटका) देऊन शटर ठराविक जागी बाहेरून ठोकले कि सिमेंट पेस्ट सर्वदूर पसरून, शटर उघडल्यावर गुळगुळीत फिनिशची खात्री मिळे.

त्याचप्रमाणे, उंच वॉल्सच्या सांध्यामध्ये पेन्सिल जॉईंट कसा ठेवायचा यासाठी त्याचा एक खास जुगाड होता. खालच्या फॉर्मच्या टॉपला एक इंचाची एक चावी ठोकली कि ती दुहेरी काम करायची. एक तर स्टील बारला चांगले कव्हर मिळाल्याने त्या भागात काँक्रीट नीट जाऊन भरत असे. दुसरे म्हणजे, त्या चवीच्या जागी एक छान खाच तयार होई. पुढल्या लिफ्टच्या वेळी शटर थोडे खाली फिक्स केले जेणेकरून वरचा फॉर्म त्या खाचेला झाकून टाकेल आणि मग सपोर्ट व्यवस्थित टाईट केले कि निव्वळ एक साधी लाईन दिसायची सांध्याच्या जागी

बेचाळीस मजले पूर्ण होता होता इमारतीचा परिसर क्लायंटला इतर एजन्सीच्या कामासाठी देण्याच्या हालचालींना वेग आला होता. माझ्या क्वालिटी लॅबचा टेस्ट क्यूब ठेवण्याचा टँक तोडावा लागणार होता. इतके क्यूब ठेवायला परत कुठे टँक बांधणार यावर वेलूकडे सोपे उत्तर होते. दोन बॅचिंगप्लांट साईटवर सतत सुरु असल्याने काँक्रीट ॲडमिक्सचे बरेच रिकामे पीव्हीसी ड्रम्स होते. त्यातले दहा कापून म्हणजे अर्धे करून सलग लावल्याने छानपैकी लिकप्रूफ क्युरिंग टँक्स तयार झाले.

विश्वकर्मा पूजा हा साईटवरचा उत्साहाचा सण. आर वेलूच्या कार्पेन्टरी वर्कशॉपचा स्वतंत्र मांड असायचा. त्यादिवशी होणाऱ्या होमावेळी वेलू खास स्पिरिच्युअल मूड मध्ये असे. बाबा विश्वकर्माकी जय म्हणून नारळ वाढवतानाचा त्याचा जोश वय विसरणारा असे.

सेवानिवृत्तीनंतर काय हा प्रश्न पडण्यापूर्वीच वेलूने आपल्या थोरल्या

मुलाला इंजिनियर करून कंपनीच्या डिझाईन ऑफिसमध्ये रुजू केले होते, तेही प्रॉपर चेन्नईला. ''सार,मैं मेरा पय्या (मुलगा)को बताया, तुम अप्पा से बी अच्छा काम करके पेरिया (मोठा) ऑफिसर होना.'' मुलीच्या लग्नासाठी लागणारे सोने बाजूला ठेवले आहे आता फक्त आम्हा दोघांच्या मेडिकल पुरते पैसे मिळाले तरी आनंद आहे असे माझ्याकडे बोलून दाखवले.

उठता बसता येते तोवर काम करत राहायचे हा त्याचा खाक्या होता.

''सार को मालूम. ये बॉडी प्लायवूड का स्टॉक जैसा एक जगा पर रखेंगे तो फालतू में खर्चा हो जायेगा ! उस के बदले काम करेगा तो लास्ट तक काम आयेगा! बगवान ने आदमी बनाके बेजा उसको बी अच्छा लगेगा ''

हे त्याचे जीवनसार मात्र सर्वांनीच लक्षात घेण्यासारखे होते.

■■■

२७. दिलावरमामा

दिलावरखान हा पठाण. त्याच्यासोबत आणखी वीसेक पठाण असलेला त्याचा मोठा लेबर फोर्स हा आमच्या

जॉर्डन सीमेलगतच्या हॉस्पिटल प्रोजेक्टवर एचव्हीएसी काम करणाऱ्या एजन्सीकडे होता. साधारण जोहरच्या

प्रार्थनेपर्यंत त्यांचा कामाचा दिवस असायचा. अलबत त्यानंतर तो आमच्यासाठी हातमेहनत करायला मोकळा

असे या देहाडीच्या म्हणजे अधिकच्या कमाईमुळे तो साईट मॅनेजर आणि स्टोरकिपर यांच्या फोनवर आपली

फौज घेऊन धाव येई.

जंजीर सिनेमातल्या प्राणला अचानक फुगवला आणि साहजिकच उंची कमी केली कि जसा दिसावा तसा हुबेहूब

दिलावरखान दिसायचा. दाढी मात्र केसांना मॅच करणारी शुभ्र रुपेरी. नो मेंदी व इतर काही. बहुतेकदा त्याचे कपडेसुद्धा

या सर्फ सफेद केसांसारखेच असत. पश्तू ढंगाने उर्दू बोलताना त्याचे

दा दा (होय होय) ऐकायला नादमधुर वाटे.

फुल्ल बाह्यांच्या खमीजखाली लोम्बणाऱ्या नाडीला बांधून ठेवणारा एक मण्याची मला सुरवातीला गम्मत वाटायची पण हळूहळू

लक्षात आले कि हा त्यांच्या पेहेरावाची खासियत आहे.

दमामहुन ट्रेलरने आलेले टाइल्सचे बॉक्सेस असो वा इतर असे बरेच सामान जे फोर्कलिफ्ट आणून सांभाळत आत ठेवणे त्रासाचे आणि

महागही पडे अश्या कामासाठी दिलावरखानची गँग कामाला येई. नुसते ''दिलावर जरा आ जाओ '' असा निरोप गेला कि दिलावर खान

आणि सेना हाजीर होई. सामानाचा अंदाज घेऊन मग ते कसे हाताळायचे याची इंस्टुक्शन्स दिली जात. निदान दोनचार पठाण तरी

काय आदेश मिळाला हे न समजल्याने काहीतरी परत विचारत. मग दिलावर स्वतः त्या बॉक्सला हात घालून उचलून दाखवत असे आणि

तसेच समोरच्या पठाणाने केले कि खुश होऊन त्याला दा दा म्हणत असे.

त्याचा एक भाचा या टोळीत होता. बहुतेक तो टोळीमध्ये सर्वांत उंच होता. एकदा मला काही सर्वे आणि लेव्हल्स साठी एका लेबरची जरुरी होती.

दिलावरकडे बोलल्यावर त्याने लगेच या भाच्याला बोलावले. पाच दहा मिनिटे मला अगम्य पश्तुत त्याला समजावल्यावर जहांगीर म्हणजे तो भाचा

दा दा म्हणायला लागला.

मी विचारले इस्को बराबर बताया ना ?

''आप बे फिकर रहो. आम इस्को बोला कि जैसा मूहांडीस साहब (इंजिनियर) बोलती वैसा काम तुम करो''

दुसऱ्या दिवशी साईटवर जहांगीरला साईटवर नेले आणि ज्या जागी मातीचे फक्त ड्रेससिंग करायचे होते तिथे त्याला दाखवले कि बाबारे

या एवढ्या भागात (टेपवर दाखवून) फक्त चार ते पाच इंच माती खरवडून काढायची आहे.

''अंजिनियर साब आमको पढना नहि मालूम. एक मागास (माप) दे दो. '' असे म्हणून तो एक लाकडाची काडी घेऊन आला. त्यावर मी माप घेऊन

त्याला मार्क करून दिले आणि या मापाप्रमाणे कर सांगून मी माझ्या कामात गुंतलो.

संध्याकाळी त्या जागी परतलो तेव्हा या बाबाने एक खड्डा केला होता आणि इमारतीचे फौंडेशन उघडे केले होते !

मी उडालो. ''जहांगीर ये क्या किया?''

''तुम खुदाई करनेको बोली आम पसिना पसिना किया. देखो अमारा शावल (बेलच्या) बी तूट गया. ''

''अरे लेकिन तुमको एक मगास दिया था ना सुबहको ?''

''वो तो किदर गुम हो गया मालूम नाही''

मला समजले कि मी एका उंचापुऱ्या रोबोशी डील करीत आहे, आणि याला आताच आवरले नाही तर हा अक्खी बिल्डिंग खुली करेल.

मग मी सरळ समोरच्या दुकानातून त्याला दोन पेप्सी आणायला सांगितले, एक मी प्यायलो एक त्याला दिला आणि सहज टेपने रिकामा कॅन मोजला

तर बरोबर १२५ एमएम !

''जहांगीर, ये डब्बा पकडो, जमीनपर रखके उतनाही मट्टी निकालो. डब्बा आडा नाही, खडा रखना '' मला कोणतीही रिस्क घ्यायची नव्हती,

दुसऱ्या दिवशी जहांगीरने तो पॅच व्यवस्थित ड्रेससिंग करून दिला. पेप्सीने चोख काम केले होते.

मजबूत देहयष्टी आणि उंची देता देता उपरवाला डोक्यात काही भरू शकला नाही अशी जहांगीरच्या अवस्था. हा गावी पण असाच राहायचा

म्हणून

दिलवरमामा त्याला सौदीला घेऊन आला होता. दिवसाचे शंभर रियल मिळतील या बोलीवर त्याला साईटवर कामाला पाठवले होते. संध्याकाळी चहा

घेत मेसमध्ये बसलो असताना हा धिप्पाड माणूस मेसच्या दरवाजात हजर.

''इंजिनियरसाब मेरा रियल दो ''

''अरे वो मामा को मिलेगा ना, वो तुमको दे देगा ''

''नई नई, आम काम किया, मामा को किस वास्ते देगा शारिकत (कंपनी) ?''

मला त्या क्षणी पठाणाचे कर्ज म्हणजे काय ते नीट समजले! मी त्याच्या शंभर रियलची व्यवस्था केली.

इफ्तारच्या पार्टींवेळी दिलावर खास तमामी खबुस, बकरेका सालन आणि टोपभर बिर्याणी घेऊन आला. आमच्या तब्येतीच्या

चार जणांना पुरणारा तो पठाणी खुबूस एकेक पठाण लीलया संपवत होता.

एकदा मेसचा गॅस संपला म्हणून मला गावाबाहेरच्या गॅसवाल्याकडून सिलिंडर आणायचे होते. गाडीचा गोंधळ असल्याने मी दिलावरकडे बोललो कि गाडी मिळाली असती तर बरे झाले असते.

''फिर आम लोग किस लिये है ? चालो मेरे साथ ''

त्याने लगेच स्वतःची पीकप आणली, पुढल्या अध्र्या तासात आमचे जेवण नवीन सिलिंडरवर शिजत होते.

कडकडीत रोजे सांभाळत अंगमेहनत करणाऱ्या या पठाणांची कमाल वाटे.

सौदी म्हणजे फक्त वाळू असा गैरसमज घेऊन भारतातून आलेल्या माझ्यासारख्यांचा इथले चिवट दगड जॅक हम्मर वापरून तोडावे लागतात

हे सांगून विश्वास बसला नसता. पण पूर्ण उपाशी राहून, घामाने निथळत असे काम करणारे पठाणहि पहिले आहेत.

हॉस्पिटलची मुख्य इमारत हॅन्ड ओव्हर झाल्यावर दिलावरची गँग बऱ्यापैकी मोकळी झाली. साईट आवरण्याच्या कामात मग त्याची इन्व्हॉल्व्हमेंट वाढू लागली

कारण बरेचसे सामान लेबरकडून हाताळणे सोयीचे होत असे.

प्रिफ्याब स्टोर तोडून झाल्यावर त्याचे पार्टस उचलून एका बाजूला रचले जात होते. दिलावरखान स्वतः देखरेख करीत होता. मी गमतीने म्हटले

''दिलावर,तुमारा तगडा फौज राहेगा तो पुरा मुस्तशपा (हॉस्पिटल) इधर से उधर कर सकते है !''

''कोई मुश्किल नही इंजिनियर साहब. दो दिन लगेगा. पठाण का जुबान !!''

■■■